# LISTIN AÐ BAKKA VEGAN BRAUÐ HEIMA

Vegan nálgun á heimabakað brauð með 100 uppskriftum

Soffía Rún Egilsdóttir

Höfundarréttarefni ©2024

Allur réttur áskilinn

Engan hluta þessarar bókar má nota eða senda á nokkurn hátt eða á nokkurn hátt án skriflegs samþykkis útgefanda og höfundarréttarhafa, nema stuttar tilvitnanir sem notaðar eru í umsögn. Þessi bók ætti ekki að koma í staðinn fyrir læknisfræðilega, lögfræðilega eða aðra faglega ráðgjöf.

# EFNISYFIRLIT _

- EFNISYFIRLIT _ .................................................................................................. 3
- KYNNING ........................................................................................................... 6
- PORTÚGLSKT BRAUÐ ....................................................................................... 7
  1. Bola De Carne ........................................................................................... 8
  2. Broa De Milho ......................................................................................... 11
  3. Pão Alentejano ....................................................................................... 13
  4. Papo-Seco eða Carcaça ......................................................................... 15
  5. Pão De Mafra .......................................................................................... 18
  6. Broa De Avintes ..................................................................................... 21
  7. Pão De Centeio ...................................................................................... 23
  8. Broa De Avintes ..................................................................................... 25
  9. Pão De Água .......................................................................................... 27
  10. Pão De Batata ...................................................................................... 29
  11. Pão frá Mealhada ................................................................................ 31
  12. Pão De Alfarroba ................................................................................. 33
  13. Pão De Rio Maior ................................................................................. 35
  14. Pão De Centeio .................................................................................... 37
  15. Regueifa ............................................................................................... 39
- SPÆNSKT BRAUÐ ............................................................................................ 41
  16. Pan Con Tomate ................................................................................... 42
  17. Pan Rustico .......................................................................................... 44
  18. Pan De Payés ....................................................................................... 46
  19. Pan Gallego .......................................................................................... 48
  20. Pan Kúbu o ........................................................................................... 51
  21. Pan De Alfacar ..................................................................................... 53
  22. Pan Cateto ........................................................................................... 56
  23. Pan De Cruz ......................................................................................... 58
  24. Pataqueta ............................................................................................ 60
  25. Telera ................................................................................................... 62
  26. Llonguet ............................................................................................... 64
  27. B oroña ................................................................................................. 66
  28. Pistola .................................................................................................. 68
  29. Regañao ............................................................................................... 71
  30. Torta De Aranda .................................................................................. 74
  31. Txantxigorri ......................................................................................... 76
  32. Pan De Semillas ................................................................................... 78
  33. Öreja .................................................................................................... 81
- GRÆKT BRAUÐ ................................................................................................ 83
  34. Lagana ................................................................................................. 84
  35. Horiatiko Psomi ................................................................................... 86
  36. Ladeni .................................................................................................. 88

| | |
|---|---|
| 37. Psomi Pita | 91 |
| 38. Psomi Spitiko | 93 |
| 39. Koulouri Thessalonikis | 95 |
| 40. Artos | 98 |
| 41. Zea | 100 |
| 42. Paximathia | 103 |
| 43. Batzina | 106 |
| 44. Psomi Tou Kyrion | 108 |
| 45. Xerotigana | 111 |

**FRANSKT BRAUÐ ........................................................................ 114**

| | |
|---|---|
| 46. Baguette | 115 |
| 47. Baguette Au Levain | 119 |
| 48. Pain d'Épi | 121 |
| 49. Pain d'Épi Aux Herbes | 124 |
| 50. Fouée | 127 |
| 51. Fougasse | 130 |
| 52. Fougasse à l'Ail | 133 |
| 53. Fougasse Au Romarin | 135 |
| 54. Pain De Campagne | 137 |
| 55. Boule De Pain | 140 |
| 56. La Petite Boule De Pain | 143 |
| 57. Verkur lokið | 146 |
| 58. Pain Aux Noix | 149 |
| 59. Gibassier | 152 |
| 60. Sársauki Au Son | 154 |
| 61. Faluche | 156 |
| 62. Pain De Seigle | 158 |
| 63. Miche | 161 |

**ÍTALSKT BRAUÐ ........................................................................... 164**

| | |
|---|---|
| 64. Grissini Alle Erbe | 165 |
| 65. Rúða Pugliese | 167 |
| 66. Grissini | 170 |
| 67. Pane Pita | 172 |
| 68. Pane Al Farro | 174 |
| 69. Focaccia | 177 |
| 70. Focaccia Di Mele | 180 |
| 71. Schiacciata | 183 |
| 72. Pane Di Altamura | 185 |
| 73. Pane Casareccio | 187 |
| 74. Rúða Toscano | 189 |
| 75. Pane Di Semola | 191 |
| 76. Pane Al Pomodoro | 193 |
| 77. Pane Alle Olive | 196 |

78. Pane Alle Noci ..................................................................198
79. Pane Alle Erbe .................................................................200
80. Pane Di Riso ....................................................................202
81. Pane Di Ceci ....................................................................204
82. Pane Di Patate .................................................................206
83. Taralli ..............................................................................208

**TYRKNESKT BRAUÐ ........................................................ 211**
  84. Simit ...............................................................................212
  85. Ekmek ............................................................................215
  86. Lahmacun .......................................................................217
  87. Bazlama ..........................................................................220
  88. Sırıklı Ekmek ..................................................................222
  89. Lavaş ..............................................................................224
  90. Acı Ekmeği ......................................................................226
  91. Peksimet .........................................................................229
  92. Cevizli Ekmek .................................................................231
  93. Júfka ...............................................................................234
  94. Pide Ekmek .....................................................................236
  95. Vakfıkebir Ekmeği ...........................................................238
  96. Karadeniz Yöresi Ekmeği .................................................241
  97. Köy Ekmeği .....................................................................244
  98. Tost Ekmeği ....................................................................247
  99. Kaşarlı Ekmek .................................................................249
  100. Kete ..............................................................................252

**NIÐURSTAÐA ................................................................... 255**

# KYNNING

Velkomin í "Listina að baka vegan brauð heima," matreiðsluævintýri þar sem við skoðum heim vegan baksturs í gegnum 100 yndislegar brauðuppskriftir. Þessi matreiðslubók er leiðarvísir þinn til að búa til dýrindis brauð úr plöntum í þægindum í þínu eigin eldhúsi. Taktu þátt í ferðalagi sem fagnar listfengi vegan brauðgerðar, allt frá ilminum af hækkandi deigi til ánægjunnar við að gæða sér á nýbökuðu brauði.

Ímyndaðu þér eldhús fyllt með ilm af volgu brauði, gullnum skorpum og heilnæmum hráefnum sem passa við vegan lífsstíl þinn. „Listin að baka veganbrauð heima" er ekki bara safn uppskrifta; það er könnun á tækni, bragði og gleði sem fylgir því að búa til vegan brauð. Hvort sem þú ert vanur bakari eða einhver nýr í heimi veganisma, eru þessar uppskriftir gerðar til að hvetja þig til að búa til dýrindis og grimmdarlaus brauð.

Allt frá klassískum samlokubrauðum til handverkssúrdeigs, og frá sætum morgunverðarrétti til bragðmikla snúða, hver uppskrift er hátíð fjölbreytileikans og sköpunarkraftsins sem vegan bakstur býður upp á. Hvort sem þú ert að baka í morgunmat, hádegismat, kvöldmat eða yndislegt snarl, þá er þessi matreiðslubók þín tilvalið til að auka vegan brauðgerð þína.

Vertu með okkur þegar við kafum ofan í listina að vegan brauð, þar sem hver uppskrift er til vitnis um möguleikana og gómsætið sem skapast þegar hráefni úr jurtaríkinu koma saman. Safnaðu því saman hveiti, ger og vegan-vænu hráefninu þínu, faðmaðu bakstursgleðina og við skulum leggja af stað í matreiðsluferð í gegnum "Listina að baka vegan brauð heima."

# PORTÚGLSKT BRAUÐ

# 1. Bola De Carne

**Hráefni:**
**FYRIR DEIGIÐ:**
- 4 bollar brauðhveiti
- 10g salt
- 10g sykur
- 7g skyndiþurrger
- 250ml heitt vatn
- 2 matskeiðar ólífuolía

**FYRIR FYLLINGU:**
- 300 g nautahakk (eða blanda af nautakjöti og svínakjöti)
- 1 lítill laukur, smátt saxaður
- 2 hvítlauksrif, söxuð
- 1 lítil gulrót, fínt rifin
- 1 matskeið tómatmauk
- 1 tsk paprika
- Salt og pipar eftir smekk
- Hakkað fersk steinselja (valfrjálst)

**LEIÐBEININGAR:**

a) Blandið saman brauðhveiti, salti og sykri í stórri blöndunarskál.

b) Leysið þurrgerið upp í sérstakri lítilli skál í volgu vatni. Látið standa í um það bil 5 mínútur þar til það er orðið froðukennt.

c) Hellið gerblöndunni í skálina með hveitiblöndunni. Bætið ólífuolíu út í. Blandið vel saman þar til allt hráefnið hefur blandast vel saman og myndað klístrað deig.

d) Færið deigið yfir á létt hveitistráð yfirborð og hnoðið það í um það bil 10 mínútur þar til það verður slétt og teygjanlegt.

e) Setjið deigið aftur í blöndunarskálina, hyljið það með hreinu eldhúsþurrku eða plastfilmu og látið hefast á heitum stað í um það bil 1 til 2 klukkustundir, eða þar til það tvöfaldast að stærð.

f) Á meðan deigið er að lyfta sér, undirbúið fyllinguna. Hitið smá ólífuolíu á pönnu yfir meðalhita. Bætið söxuðum lauknum og söxuðum hvítlauk út í og steikið þar til þeir verða hálfgagnsærir.

g) Bætið nautahakkinu (eða nautakjöts- og svínakjötsblöndunni) á pönnuna og eldið þar til það er brúnt. Bætið við rifnum gulrót, tómatmauki, papriku, salti og pipar. Hrærið vel til að sameina allt hráefnið. Eldið í nokkrar mínútur í viðbót þar til bragðið blandast saman. Takið af hitanum og látið kólna.

h) Þegar deigið hefur lyft sér er það sett yfir á hveitistráð yfirborð og skipt í tvo jafna hluta.

i) Taktu einn skammt af deiginu og flettu því út í hring eða sporöskjulaga form, um ¼ tommu þykkt.

j) Dreifið helmingnum af kjötfyllingunni yfir útrúllaða deigið og skiljið eftir smá kant í kringum brúnirnar.

k) Fletjið seinni hluta deigsins út í svipað form og setjið ofan á kjötfyllinguna og þéttið brúnirnar saman. Hægt er að kreppa brúnirnar með fingrunum eða nota gaffal til að þrýsta þeim saman.

l) Forhitaðu ofninn þinn í 200°C (400°F).

m) Flyttu samansettu Bola de Carne yfir á bökunarplötu klædda bökunarpappír. Skerið nokkra grunna sneið ofan á brauðið til að gufa sleppi út við bakstur.

n) Bakið Bola de Carne í forhituðum ofni í um 30 til 35 mínútur, eða þar til hún er gullinbrún að utan og hljómar holur þegar bankað er á botninn.

o) Takið Bola de Carne úr ofninum og látið kólna aðeins áður en hún er skorin í sneiðar og borin fram.

## 2.Broa De Milho

**HRÁEFNI:**
- 250 g maísmjöl (fínt eða meðalstórt malað)
- 250 g hveiti
- 10g salt
- 10g sykur
- 10g virkt þurrger
- 325ml heitt vatn
- Ólífuolía, til smurningar

**LEIÐBEININGAR:**
a) Blandið saman maísmjöli, hveiti, salti og sykri í stórri blöndunarskál.
b) Leysið gerið upp í volgu vatni í sérstakri skál og látið standa í um það bil 5 mínútur þar til það verður froðukennt.
c) Hellið gerblöndunni í skálina með maísmjölinu og hveitinu. Blandið vel saman þar til allt hráefnið hefur blandast vel saman og myndað klístrað deig.
d) Hyljið skálina með hreinu eldhúsþurrku eða plastfilmu og látið deigið hefast á heitum stað í um 1 til 2 klukkustundir, eða þar til það hefur tvöfaldast að stærð.
e) Forhitaðu ofninn þinn í 200°C (400°F) og smyrjið bökunarplötu eða klæddu hann með bökunarpappír.
f) Þegar deigið hefur lyft sér, mótið það varlega í kringlótt eða sporöskjulaga brauð og setjið það á tilbúna bökunarplötu.
g) Hyljið brauðið með hreinu eldhúshandklæði og látið hefast í 30 mínútur í viðbót.
h) Eftir seinni lyftinguna skaltu nota beittan hníf eða rakvél til að skera nokkra grunna skera ofan á brauðið. Þetta mun hjálpa brauðinu að stækka við bakstur.
i) Setjið bökunarplötuna í forhitaðan ofninn og bakið brauðið í um 30 til 35 mínútur, eða þar til það er gullbrúnt að utan og hljómar holótt þegar slegið er á botninn.
j) Þegar broa de milho er bakað skaltu taka það úr ofninum og láta það kólna á vírgrind áður en það er skorið í sneiðar og borið fram.

## 3.Pão Alentejano

**HRÁEFNI:**
- 4 bollar sterkt brauðhveiti
- 350ml heitt vatn
- 10g salt
- 5g virkt þurrger

**LEIÐBEININGAR:**

a) Blandið saman brauðhveiti og salti í stórri blöndunarskál.

b) Leysið gerið upp í volgu vatni í sérstakri skál og látið standa í um það bil 5 mínútur þar til það verður froðukennt.

c) Hellið gerblöndunni í skálina með hveitinu og salti. Hrærið vel þar til innihaldsefnin hafa blandast að fullu saman og myndað klístrað deig.

d) Hyljið skálina með hreinu eldhúsþurrku eða plastfilmu og látið deigið hefast á heitum stað í um 1 til 2 klukkustundir, eða þar til það hefur tvöfaldast að stærð. Þetta gerir gerinu kleift að gerjast og þróa bragð.

e) Eftir að deigið hefur lyft sér skaltu forhita ofninn í 220°C (425°F).

f) Létt hveiti á hreinu yfirborði og hvolfið deiginu út á það. Hnoðið deigið í um það bil 10 mínútur þar til það verður slétt og teygjanlegt.

g) Mótaðu deigið í kringlótt brauð og leggðu það á bökunarplötu klædda bökunarpappír eða smurt ofnform.

h) Hyljið brauðið með hreinu eldhúshandklæði og látið hefast í 30 mínútur í viðbót.

i) Þegar deigið hefur lyft sér aftur skaltu nota beittan hníf eða rakvél til að skera nokkra skáskora ofan á brauðið. Þetta mun leyfa brauðinu að stækka við bakstur.

j) Settu bökunarplötuna í forhitaðan ofninn og bakaðu brauðið í um það bil 30 til 35 mínútur, eða þar til það verður gullbrúnt og hljómar holótt þegar slegið er á botninn.

k) Þegar brauðið er bakað skaltu taka það úr ofninum og láta það kólna á vírgrind áður en það er skorið í sneiðar og borið fram.

l) Njóttu heimagerða Pão Alentejano!

## 4.Papo-Seco eða Carcaça

**HRÁEFNI:**
- 4 bollar brauðhveiti
- 10g salt
- 10g sykur
- 7g skyndiþurrger
- 300ml heitt vatn
- Ólífuolía
- Auka hveiti til að rykhreinsa

**LEIÐBEININGAR:**
a) Blandið saman brauðhveiti, salti, sykri og þurrgeri í stórri blöndunarskál.
b) Bætið volga vatninu smám saman út í þurrefnin á meðan hrært er með tréskeið eða spaða.
c) Haltu áfram að hræra þar til deigið kemur saman og verður of erfitt að hræra.
d) Færið deigið yfir á létt hveitistráð yfirborð og hnoðið það í um það bil 10 mínútur þar til það verður slétt og teygjanlegt.
e) Mótaðu deigið í kúlu og settu það aftur í blöndunarskálina. Dreypið smá ólífuolíu yfir deigið og snúið því þannig að það hjúpist jafnt með olíu.
f) Hyljið skálina með hreinu eldhúsþurrku eða plastfilmu og látið deigið hefast á heitum stað í um 1 til 2 klukkustundir, eða þar til það hefur tvöfaldast að stærð.
g) Þegar deigið hefur lyft sér skaltu kýla það niður til að losa loftið og flytja það aftur yfir á hveitistráða yfirborðið.
h) Skiptið deiginu í smærri hluta, hver um sig um 70-80g að þyngd, fer eftir stærð brauðsneiðanna.
i) Mótaðu hvern hluta í hringlaga kúlu með því að brjóta brúnirnar undir og rúlla honum upp að yfirborðinu með lófanum.
j) Settu mótuðu brauðbollurnar á bökunarplötu klædda bökunarpappír og hafðu smá bil á milli þeirra til að stækka.
k) Hyljið ofnplötuna með hreinu eldhúsþurrku og látið brauðbollurnar hefast í 30 mínútur í viðbót.
l) Forhitaðu ofninn þinn í 220°C (425°F).

m) Þegar brauðbollurnar hafa lyft sér skaltu nota beittan hníf eða rakvél til að skera nokkra skáskora ofan á hverja rúllu.

n) Settu bökunarplötuna inn í forhitaðan ofn og bakaðu brauðbollurnar í um það bil 15 til 20 mínútur, eða þar til þær verða gullinbrúnar og hljóma holar þegar slegið er á botninn.

o) Þegar Papo-seco eða Carcaça er bakað skaltu taka þau úr ofninum og láta þau kólna á vírgrind áður en þau eru borin fram.

p) Njóttu heimabakaðs Papo-seco eða Carcaça! Þau eru fullkomin fyrir samlokur eða borin fram með uppáhalds máltíðunum þínum.

## 5. Pão De Mafra

**HRÁEFNI:**
- 1 kg brauðhveiti
- 20g salt
- 20g sykur
- 20 g ferskt ger
- 700ml heitt vatn
- Ólífuolía
- Auka hveiti til að rykhreinsa

**LEIÐBEININGAR:**
a) Blandið saman brauðhveiti, salti og sykri í stórri blöndunarskál.
b) Leysið ferska gerið upp í litlu magni af volgu vatni í sérstakri lítilli skál. Ef þú notar virkt þurrger skaltu leysa það upp í litlu magni af volgu vatni með klípu af sykri og láta það standa í 5 mínútur þar til það verður froðukennt.
c) Búið til holu í miðju hveitiblöndunnar og hellið uppleystu gerblöndunni út í.
d) Bætið heita vatninu smám saman í skálina á meðan hrært er með tréskeið eða spaða. Haltu áfram að blanda þar til deigið kemur saman.
e) Færið deigið yfir á létt hveitistráð yfirborð og hnoðið það í um það bil 10-15 mínútur þar til það verður slétt, teygjanlegt og örlítið klístrað.
f) Mótaðu deigið í kúlu og settu það aftur í blöndunarskálina. Dreypið smá ólífuolíu yfir deigið og snúið því þannig að það hjúpist jafnt með olíu.
g) Hyljið skálina með hreinu eldhúsþurrku eða plastfilmu og látið deigið hefast á hlýjum stað í um 2 til 3 klukkustundir, eða þar til það hefur tvöfaldast að stærð.
h) Þegar deigið hefur lyft sér skaltu kýla það niður til að losa loftið og flytja það aftur yfir á hveitistráða yfirborðið.
i) Skiptið deiginu í tvo jafna hluta og mótið hvern hluta í hringlaga eða sporöskjulaga brauð. Settu brauðin á bökunarplötu klædda bökunarpappír.
j) Hyljið ofnplötuna með hreinu eldhúshandklæði og látið brauðin lyfta sér í 30 til 60 mínútur í viðbót.

k)  Forhitaðu ofninn þinn í 230°C (450°F).

l)  Þegar brauðin hafa lyft sér skaltu nota beittan hníf eða rakvél til að skera nokkra skáskora ofan á hvert brauð.

m)  Settu bökunarplötuna inn í forhitaðan ofn og bakaðu brauðin í um það bil 25 til 30 mínútur, eða þar til þau verða gullinbrún og hljóma hol þegar slegið er á botninn.

n)  Þegar Pão de Mafra er bakað skaltu taka brauðin úr ofninum og láta þau kólna á vírgrind áður en þau eru skorin í sneiðar og borin fram.

# 6.Broa De Avintes

**HRÁEFNI:**
- 250 g maísmjöl (fínt eða meðalstórt malað)
- 250 g hveiti
- 10g salt
- 10g sykur
- 7g virkt þurrger
- 325ml heitt vatn
- Ólífuolía, til smurningar

**LEIÐBEININGAR:**
a) Blandið saman maísmjöli, hveiti, salti og sykri í stórri blöndunarskál.
b) Leysið virka þurrgerið upp í volgu vatni í sérstakri lítilli skál. Látið standa í um það bil 5 mínútur þar til það er orðið froðukennt.
c) Hellið gerblöndunni í skálina með maísmjölinu og hveitinu. Blandið vel saman þar til allt hráefnið hefur blandast vel saman og myndað klístrað deig.
d) Hyljið skálina með hreinu eldhúsþurrku eða plastfilmu og látið deigið hefast á heitum stað í um 1 til 2 klukkustundir, eða þar til það hefur tvöfaldast að stærð.
e) Forhitaðu ofninn þinn í 200°C (400°F) og smyrjið bökunarplötu eða klæddu hann með bökunarpappír.
f) Þegar deigið hefur lyft sér, mótið það varlega í kringlótt eða sporöskjulaga brauð og setjið það á tilbúna bökunarplötu.
g) Hyljið brauðið með hreinu eldhúshandklæði og látið hefast í 30 mínútur í viðbót.
h) Eftir seinni lyftingu skaltu nota beittan hníf eða rakvél til að skera nokkra grunna skera ofan á brauðið. Þetta mun hjálpa brauðinu að stækka við bakstur.
i) Setjið bökunarplötuna inn í forhitaðan ofn og bakið brauðið í um 30 til 35 mínútur, eða þar til það er gullbrúnt að utan og hljómar holótt þegar slegið er á botninn.
j) Þegar Broa de Avintes er bakað skaltu taka það úr ofninum og láta það kólna á vírgrind áður en það er skorið í sneiðar og borið fram.

# 7.Pão De Centeio

**HRÁEFNI:**
- 250 g rúgmjöl
- 250 g brauðhveiti
- 10g salt
- 7g skyndiþurrger
- 325ml heitt vatn
- Ólífuolía, til smurningar
- Auka hveiti til að rykhreinsa

**LEIÐBEININGAR:**
a) Blandið saman rúgmjöli, brauðhveiti og salti í stórri blöndunarskál.
b) Leysið þurrgerið upp í sérstakri lítilli skál í volgu vatni. Látið standa í um það bil 5 mínútur þar til það er orðið froðukennt.
c) Hellið gerblöndunni í skálina með hveiti og salti. Blandið vel saman þar til allt hráefnið hefur blandast vel saman og myndað klístrað deig.
d) Hyljið skálina með hreinu eldhúsþurrku eða plastfilmu og látið deigið hefast á heitum stað í um 1 til 2 klukkustundir, eða þar til það hefur tvöfaldast að stærð.
e) Forhitaðu ofninn þinn í 220°C (425°F) og smyrjið bökunarplötu eða klæddu hann með bökunarpappír.
f) Þegar deigið hefur lyft sér, færið það yfir á létt hveitistráð yfirborð og mótið það í kringlótt eða sporöskjulaga brauð.
g) Settu brauðið á tilbúna bökunarplötu. Skerið nokkra grunna skurð ofan á brauðið með beittum hníf eða rakvél.
h) Hyljið brauðið með hreinu eldhúshandklæði og látið hefast í 30 mínútur í viðbót.
i) Bakið brauðið í forhituðum ofni í um 35 til 40 mínútur, eða þar til það er gullbrúnt og hljómar holótt þegar slegið er á botninn.
j) Þegar Pão de Centeio er bakað skaltu taka hann úr ofninum og láta hann kólna á vírgrind áður en hann er skorinn í sneiðar og borinn fram.

## 8. Broa De Avintes

**HRÁEFNI:**
- 250 g maísmjöl
- 250 g brauðhveiti
- 10g salt
- 7g skyndiþurrger
- 325ml heitt vatn
- Ólífuolía, til smurningar

**LEIÐBEININGAR:**
a) Blandið saman maísmjöli, brauðhveiti, salti og þurrgeri í stórri blöndunarskál.
b) Bætið heitu vatni smám saman út í þurrefnin á meðan hrært er saman. Haltu áfram að blanda þar til öll hráefnin hafa blandast vel saman og myndað klístrað deig.
c) Færið deigið yfir á létt hveitistráð yfirborð og hnoðið það í um það bil 10 mínútur þar til það verður slétt og teygjanlegt. Bætið við meira hveiti ef þarf, en passið að gera deigið ekki of þurrt.
d) Setjið deigið aftur í blöndunarskálina, hyljið það með hreinu eldhúsþurrku eða plastfilmu og látið hefast á heitum stað í um það bil 1 til 2 klukkustundir, eða þar til það tvöfaldast að stærð.
e) Þegar deigið hefur lyft sér skaltu hita ofninn í 200°C (400°F).
f) Kýldu niður deigið til að losa loftið og mótaðu það í kringlótt brauð eða stakar rúllur, allt eftir því sem þú vilt.
g) Setjið mótað deigið á bökunarplötu klædda bökunarpappír. Skerið nokkra grunna sneið ofan á brauðið til að leyfa útþenslu á meðan það er bakað.
h) Hyljið bökunarplötuna með hreinu eldhúsþurrku og látið deigið hefast í 30 mínútur í viðbót.
i) Bakið Broa de Avintes í forhituðum ofni í um það bil 30 til 35 mínútur, eða þar til hún er gullinbrún að utan og hljómar holur þegar bankað er á botninn.
j) Takið brauðið úr ofninum og látið það kólna á grind áður en það er borið fram.

1.
2.

# 9.Pão De Água

## HRÁEFNI:
- 4 bollar brauðhveiti
- 2 tsk salt
- 2 tsk instant ger
- 2 bollar volgt vatn

## LEIÐBEININGAR:
a) Blandið saman brauðhveiti, salti og instant ger í stórri skál.
b) Bætið volgu vatni smám saman út í og blandið vel saman þar til mjúkt deig myndast.
c) Færið deigið yfir á hveitistráð yfirborð og hnoðið í um 10 mínútur þar til það verður slétt og teygjanlegt.
d) Setjið deigið aftur í skálina, hyljið það með klút og látið hefast á hlýjum stað í 1-2 klukkustundir eða þar til það hefur tvöfaldast að stærð.
e) Hitið ofninn í 450°F (230°C) og setjið bökunarstein eða bökunarplötu á miðri grind.
f) Kýlið niður deigið og mótið það í kringlótt eða sporöskjulaga brauð.
g) Setjið brauðið á bökunarpappírsklædda ofnplötu og látið hefast í 30 mínútur í viðbót.
h) Notaðu beittan hníf til að skera skástöng ofan á brauðið
i) Flyttu bökunarplötuna yfir á forhitaða bökunarsteininn eða bökunarplötuna í ofninum.
j) Bakið í um 30-35 mínútur eða þar til brauðið er gullinbrúnt og hljómar holótt þegar slegið er á botninn.
k) Takið úr ofninum og látið kólna á grind áður en það er skorið í sneiðar og borið fram.

## 10.Pão De Batata

**HRÁEFNI:**
- 2 meðalstórar kartöflur, skrældar og skornar í teninga
- 1 bolli heitt vatn
- 2 matskeiðar ólífuolía
- 1 matskeið instant ger
- 2 tsk salt
- 4 bollar brauðhveiti

**LEIÐBEININGAR:**
a) Setjið kartöflurnar í teninga í pott og hyljið með vatni. Sjóðið þar til kartöflurnar eru meyrar í gaffli.
b) Tæmið soðnu kartöflurnar og stappið þær þar til þær eru sléttar. Látið kólna aðeins.
c) Blandið heitu vatni, ólífuolíu, instant ger og salti saman í stóra skál. Blandið vel saman.
d) Bætið kartöflumúsinni út í blönduna og hrærið þar til það hefur blandast vel saman.
e) Bætið brauðhveitinu smám saman út í og blandið vel saman þar til mjúkt deig myndast.
f) Færið deigið yfir á hveitistráð yfirborð og hnoðið í um 10 mínútur eða þar til það er orðið slétt og teygjanlegt.
g) Setjið deigið aftur í skálina, hyljið það með klút og látið hefast á hlýjum stað í 1-2 klukkustundir eða þar til það hefur tvöfaldast að stærð.
h) Hitið ofninn í 375°F (190°C) og smyrjið brauðform.
i) Kýlið niður deigið og mótið það í brauð. Settu það í smurða brauðformið.
j) Hyljið pönnuna með viskustykki og látið deigið hefast í 30 mínútur í viðbót.
k) Bakið í um það bil 30-35 mínútur eða þar til brauðið er gullinbrúnt og hljómar holótt þegar slegið er á botninn.
l) Takið úr ofninum og látið kólna á grind áður en það er skorið í sneiðar og borið fram.

## 11.Pão frá Mealhada

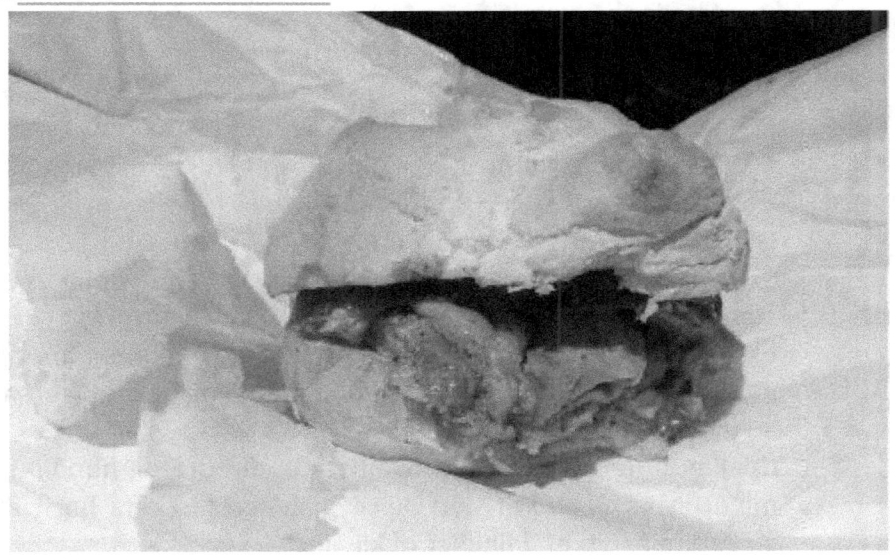

**HRÁEFNI:**
- 4 bollar brauðhveiti
- 1 pakki (2 ¼ teskeiðar) virkt þurrger
- 1 tsk sykur
- 1 tsk salt
- 2 bollar heitt vatn

**LEIÐBEININGAR:**

a) Leysið gerið og sykurinn upp í volgu vatni í lítilli skál. Látið standa í 5 mínútur þar til froðukennt.
b) Blandið saman brauðhveiti og salti í stórri blöndunarskál.
c) Hellið gerblöndunni út í hveitiblönduna og blandið vel saman til að mynda klístrað deig.
d) Færið deigið yfir á létt hveitistráð yfirborð og hnoðið í um 10 mínútur þar til það er slétt og teygjanlegt. Þú gætir þurft að bæta við meira hveiti ef deigið er of klístrað.
e) Setjið deigið í smurða skál, hyljið það með hreinu eldhúsþurrku og látið hefast á hlýjum stað í um 1 klukkustund eða þar til það hefur tvöfaldast að stærð.
f) Forhitið ofninn í 450°F (230°C).
g) Kýlið niður deigið og mótið það í kringlótt brauð.
h) Settu brauðið á bökunarplötu klædda bökunarpappír.
i) Notaðu beittan hníf til að skera nokkrar grunnar skurðir ofan á brauðið.
j) Látið deigið hvíla í 15 mínútur til viðbótar.
k) Bakið brauðið í forhituðum ofni í um 20-25 mínútur eða þar til skorpan er orðin gullinbrún og brauðið hljómar holótt þegar slegið er á botninn.
l) Takið brauðið úr ofninum og látið það kólna á grind áður en það er skorið í sneiðar.

## 12.Pão De Alfarroba

## HRÁEFNI:

- 4 bollar brauðhveiti
- 1 pakki (2 ¼ teskeiðar) virkt þurrger
- 1 tsk sykur
- 1 tsk salt
- 2 matskeiðar karobduft
- 2 matskeiðar ólífuolía
- 1 ½ bolli heitt vatn

## LEIÐBEININGAR:

a) Leysið gerið og sykurinn upp í volgu vatni í lítilli skál. Látið standa í 5 mínútur þar til froðukennt.

b) Blandið saman brauðhveiti, salti og karobdufti í stórri blöndunarskál.

c) Hellið gerblöndunni og ólífuolíu út í hveitiblönduna og blandið vel saman til að mynda klístrað deig.

d) Færið deigið yfir á létt hveitistráð yfirborð og hnoðið í um 10 mínútur þar til það er slétt og teygjanlegt. Þú gætir þurft að bæta við meira hveiti ef deigið er of klístrað.

e) Setjið deigið í smurða skál, hyljið það með hreinu eldhúsþurrku og látið hefast á hlýjum stað í um 1 klukkustund eða þar til það hefur tvöfaldast að stærð.

f) Forhitið ofninn í 400°F (200°C).

g) Kýlið niður deigið og mótið það í kringlótt brauð eða æskilegt form.

h) Settu brauðið á bökunarplötu klædda bökunarpappír.

i) Látið deigið hvíla í 15 mínútur til viðbótar.

j) Bakið brauðið í forhituðum ofni í um 25-30 mínútur eða þar til skorpan er orðin gullinbrún og brauðið hljómar holótt þegar slegið er á botninn.

k) Takið brauðið úr ofninum og látið það kólna á grind áður en það er skorið í sneiðar.

# 13.Pão De Rio Maior

## HRÁEFNI:
- 4 bollar brauðhveiti
- 1 pakki (2 ¼ teskeiðar) virkt þurrger
- 1 tsk sykur
- 1 tsk salt
- 2 bollar heitt vatn

## LEIÐBEININGAR:
a) Leysið gerið og sykurinn upp í volgu vatni í lítilli skál. Látið standa í 5 mínútur þar til froðukennt.
b) Blandið saman brauðhveiti og salti í stórri blöndunarskál.
c) Hellið gerblöndunni út í hveitiblönduna og blandið vel saman til að mynda klístrað deig.
d) Færið deigið yfir á létt hveitistráð yfirborð og hnoðið í um 10 mínútur þar til það er slétt og teygjanlegt. Þú gætir þurft að bæta við meira hveiti ef deigið er of klístrað.
e) Setjið deigið í smurða skál, hyljið það með hreinu eldhúsþurrku og látið hefast á hlýjum stað í um 1 klukkustund eða þar til það hefur tvöfaldast að stærð.
f) Forhitið ofninn í 450°F (230°C).
g) Kýlið niður deigið og mótið það í kringlótt eða sporöskjulaga brauð.
h) Settu brauðið á bökunarplötu klædda bökunarpappír.
i) Látið deigið hvíla í 15 mínútur til viðbótar.
j) Skerið toppinn á brauðinu með beittum hníf, gerðu grunnar skurðir.
k) Bakið brauðið í forhituðum ofni í um 20-25 mínútur eða þar til skorpan er orðin gullinbrún og brauðið hljómar holótt þegar slegið er á botninn.
l) Takið brauðið úr ofninum og látið það kólna á grind áður en það er skorið í sneiðar.
m) Njóttu heimagerða Pão de Rio Maior sem dýrindis viðbót við máltíðirnar þínar eða sem bragðgóður snarl!

## 14.Pão De Centeio

**HRÁEFNI:**
- 2 bollar rúgmjöl
- 2 bollar brauðhveiti
- 1 pakki (2 ¼ teskeiðar) virkt þurrger
- 1 tsk sykur
- 1 tsk salt
- 1 ½ bolli heitt vatn

**LEIÐBEININGAR:**
a) Leysið gerið og sykurinn upp í volgu vatni í lítilli skál. Látið standa í 5 mínútur þar til froðukennt.
b) Blandið saman rúgmjöli, brauðhveiti og salti í stórri blöndunarskál.
c) Hellið gerblöndunni út í hveitiblönduna og blandið vel saman til að mynda klístrað deig.
d) Færið deigið yfir á létt hveitistráð yfirborð og hnoðið í um 10 mínútur þar til það er slétt og teygjanlegt. Þú gætir þurft að bæta við meira hveiti ef deigið er of klístrað.
e) Setjið deigið í smurða skál, hyljið það með hreinu eldhúsþurrku og látið hefast á hlýjum stað í um 1 klukkustund eða þar til það hefur tvöfaldast að stærð.
f) Forhitið ofninn í 400°F (200°C).
g) Kýlið niður deigið og mótið það í kringlótt eða sporöskjulaga brauð.
h) Settu brauðið á bökunarplötu klædda bökunarpappír.
i) Látið deigið hvíla í 15 mínútur til viðbótar.
j) Skerið toppinn á brauðinu með beittum hníf, gerðu grunnar skurðir.
k) Bakið brauðið í forhituðum ofni í um 40-45 mínútur eða þar til skorpan er dökkgulbrún og brauðið hljómar holótt þegar slegið er á botninn.
l) Takið brauðið úr ofninum og látið það kólna á grind áður en það er skorið í sneiðar.

## 15. Regueifa

**HRÁEFNI:**
- 4 bollar brauðhveiti
- 2 ¼ teskeiðar virkt þurrger
- 1 tsk sykur
- 1 tsk salt
- 2 matskeiðar ólífuolía
- 1 ½ bolli heitt vatn
- Grófur sykur eða sesamfræ, fyrir álegg (valfrjálst)

**LEIÐBEININGAR:**
a) Leysið gerið og sykurinn upp í volgu vatni í lítilli skál. Látið standa í 5 mínútur þar til froðukennt.
b) Blandið saman brauðhveiti og salti í stórri blöndunarskál.
c) Hellið gerblöndunni og ólífuolíu út í hveitiblönduna og blandið vel saman til að mynda klístrað deig.
d) Færið deigið yfir á létt hveitistráð yfirborð og hnoðið í um 10 mínútur þar til það er slétt og teygjanlegt. Þú gætir þurft að bæta við meira hveiti ef deigið er of klístrað.
e) Setjið deigið í smurða skál, hyljið það með hreinu eldhúsþurrku og látið hefast á hlýjum stað í um 1 klukkustund eða þar til það hefur tvöfaldast að stærð.
f) Forhitið ofninn í 400°F (200°C).
g) Kýlið niður deigið og skiptið því í tvo jafna hluta.
h) Taktu einn skammt af deiginu og mótaðu það í langt, kringlótt brauð með því að rúlla því á létt hveitistráðu yfirborði. Endurtaktu með hinum hluta deigsins.
i) Settu mótuðu brauðin á bökunarplötu klædda bökunarpappír og hafðu smá bil á milli þeirra.
j) Hyljið brauðin með hreinu eldhúshandklæði og látið hefast í 30-45 mínútur í viðbót þar til þau hafa tvöfaldast að stærð.
k) Stráið grófum sykri eða sesamfræjum ofan á til að auka bragðið og skrautið.
l) Bakið brauðin í forhituðum ofni í um 20-25 mínútur eða þar til þau eru gullinbrún og hljóma hol þegar slegið er á botninn.
m) Takið brauðin úr ofninum og látið kólna á grind áður en þau eru skorin í sneiðar.

# SPÆNSKT BRAUÐ

## 16. Pan Con Tomate

## HRÁEFNI:

- 1 hvítlauksgeiri (maukaður)
- 1 matskeið salt
- 4 meðalstórir tómatar (rifinn til að fjarlægja húð og fræ)
- 1 matskeið ólífuolía
- 1 sneið brauð (ósýrt eða heilhveiti)

## LEIÐBEININGAR:

a) Ristaðu brauðsneiðar við 250 F þar til hver sneið er brún á báðum hliðum.
b) Hellið ólífuolíu í skál. Saltið í skálina. Hrærið vel saman.
c) Dreifið maukuðum hvítlaukssafa á ristað brauðið.
d) Dreifið rifnum tómatblöndunni á brauðið.
e) Dreifið olíu- og saltblöndunni á brauðið líka.
f) Berið fram strax

## 17. Pan Rustico

**HRÁEFNI:**
- 2 ¾ bollar vatn
- 5 tsk virkt þurrger
- 7 bollar brauðhveiti
- 1 matskeið salt
- ¼ bolli ólífuolía, helst extra virgin
- Maísmjöl til að strá bökunarplötu yfir

**LEIÐBEININGAR:**
a) Stráið gerinu yfir örlítið heitt (95 gráður) vatn í lítilli skál eða mæliglas. Hrærið létt. Látið sitja í 10 mínútur.
b) Mælið hveitið og setjið í skál eldhúshrærivélar með áföstum deigkrók. Ef gert er í höndunum, setjið hveitið í stóra blöndunarskál.
c) Kveiktu á hrærivélinni, bætið salti við hveitið og leyfið að blandast saman. Dreypið ólífuolíunni hægt út í hveitið þegar hrærivélin er í gangi. Ef gert er í höndunum skaltu nota þeytara.
d) Hellið ger- og vatnsblöndunni hægt út í. Leyfið deiginu að hnoðast í vél í 4 mínútur.
e) Ef gert er í höndunum, blandaðu hveitinu saman við ger- og vatnsblönduna með tréskeið, snúðu síðan deiginu út á hveitistráð yfirborð og hnoðaðu í 5 mínútur.
f) Eftir hnoðið ættirðu að hafa slétt og fjaðrandi deig sem skoppar létt til baka þegar þrýst er á með fingri. Athugaðu áferð deigsins meðan á hnoðunarferlinu stendur. Ef deigið er klístrað skaltu bæta við allt að ½ bolla af hveiti til viðbótar.
g) Hyljið deigið í skálinni með vaxpappír sem hefur verið úðað með matreiðsluúða, síðan með eldhúsþurrku. Látið hefast í 1 klukkustund eða þar til tvöfaldast.
h) Hnoðið deigið með höndunum á hveitistráðu yfirborði í um það bil eina mínútu til að fjarlægja loft. Myndaðu deigið í 2 jafnstórar kúlur og settu á 15 tommu bökunarplötu sem hefur verið stráð ríflega með maísmjöli.
i) Hyljið brauðin aftur með vaxpappír og eldhúsþurrku og látið hefast í annað sinn í 20-25 mínútur eða þar til tvöfaldast. Hitið ofninn í 425 gráður á meðan.
j) Bakið brauðin í 23-25 mínútur eða þar til þau eru brún. Bakið 5 mínútum lengur fyrir stökkari skorpu.

## 18.Pan De Payés

## HRÁEFNI:
- 4 bollar brauðhveiti
- 1 ½ tsk salt
- 2 tsk virkt þurrger
- 2 bollar heitt vatn

## LEIÐBEININGAR:
a) Blandið saman brauðhveiti og salti í stórri blöndunarskál.
b) Leysið gerið upp í volgu vatni í sérstakri lítilli skál og látið það standa í nokkrar mínútur þar til það verður froðukennt.
c) Hellið gerblöndunni út í hveitiblönduna og blandið saman þar til það myndast rósadeig.
d) Færið deigið yfir á létt hveitistráð yfirborð og hnoðið í um það bil 10 mínútur, eða þar til deigið er orðið slétt og teygjanlegt.
e) Setjið deigið aftur í blöndunarskálina, hyljið með hreinu eldhúsþurrku eða plastfilmu og látið hefast á hlýjum stað í um 1-2 klukkustundir, eða þar til það tvöfaldast að stærð.
f) Þegar deigið hefur lyft sér skaltu kýla það varlega niður til að losa um loftbólur. Mótaðu deigið í kringlótt eða sporöskjulaga brauð.
g) Setjið mótað deigið á bökunarplötu klædda bökunarpappír eða smurt bökunarform. Hyljið það með eldhúsþurrku og látið hefast aftur í um það bil 1 klukkustund, eða þar til það hefur stækkað aðeins.
h) Forhitið ofninn í 450°F (230°C).
i) Rétt áður en bakað er, stráið toppinn af deiginu létt með hveiti og skerið nokkra skurði á yfirborðið með beittum hníf.
j) Bakið brauðið í forhituðum ofni í um 25-30 mínútur, eða þar til skorpan er orðin gullinbrún og brauðið hljómar holótt þegar slegið er á botninn.
k) Takið brauðið úr ofninum og látið það kólna á grind áður en það er skorið í sneiðar og borið fram.

## 19.Pan Gallego

## HRÁEFNI:
**FYRIR LEVAIN BYGGINGIN**
- 3½ tsk þroskaður forréttur
- 3½ tsk brauðhveiti
- 1¾ tsk heilhveiti
- 1¾ tsk heilt rúgmjöl
- 6 matskeiðar + 2 teskeiðar volgt vatn (100 gráður F)

**LOKADEIG**
- 3¼ bollar brauðhveiti
- 4½ matskeiðar heilt rúgmjöl
- 1¾ bollar vatn, stofuhita
- 7 matskeiðar + 1 teskeið af levaininu
- 2 tsk salt

## LEIÐBEININGAR:
**AÐ LÁTA LEVAIN BYGGJA**

a) Blandið levain hráefninu saman í meðalstórri skál. Hrærið, setjið plastfilmu yfir og látið hvíla við stofuhita í fjórar klukkustundir.

b) Notaðu strax eða settu levain í kæli í allt að 12 klukkustundir til að nota daginn eftir.

**AÐ GERA LOKADEIG**

c) Blandið saman hveitinu og 325 grömmum af vatninu. Bætið 50 grömmum meira af vatninu saman við og blandið saman, lokið á og látið hvíla í 45 mínútur.

d) Bætið við levaininu og 25 grömmum meira af vatni og hrærið til að blanda saman. Lokið og látið standa í 1 klst.

e) Bætið salti og 25 grömmum af vatni út í deigið og notaðu fingurna til að klípa og kreista saltið í deigið til að leysast upp.

f) Þegar saltið hefur leyst upp skaltu teygja og brjóta deigið saman nokkrum sinnum. Lokið og látið hvíla í 30 mínútur.

g) Teygðu og brettu deigið aftur saman. Lokið og látið lyfta sér í fjórar klukkustundir.

h) Mótið deigið í bollu og látið standa í 15 mínútur. Herðið upp brauðið og setjið það í handklæðsklædda bannsett, saumið upp og hyljið með olíuborinni plastfilmu.

i) Prjónið brauðið við stofuhita í 2 til 3 klukkustundir.
j) Færðu brauðið í kæliskápinn og látið standa í 8 til 10 klukkustundir í viðbót.
k) Takið brauðið úr ísskápnum.
l) Látið brauðið ná stofuhita, um það bil 2 klst.
m) Hitið ofninn í 475 gráður F með hollenskum ofni á miðri grind.
n) Snúðu deiginu út á bökunarpappír, saumið með hliðinni niður. Gríptu efst á deigið með hendinni og dragðu það upp eins langt og þú getur. Snúðu því í kringum og myndaðu það í hnút. Látið það setjast aftur ofan á deigið.
o) Notaðu beittan hníf og skerðu varlega fjórar hornréttar rifur með jöfnum millibili í deigið til að gefa því pláss til að þenjast út.
p) Lyftið deiginu með bökunarpappírnum inn í forhitaðan hollenska ofninn, lokið á og setjið brauðið í ofninn. Bakið í 15 mínútur. Minnkaðu ofninn í 425 gráður F.
q) Fjarlægðu lokið og ljúktu við að baka í 15 til 20 mínútur til viðbótar, þar til brauðið hefur náð innra hitastigi 205 gráður F.
r) Kælið alveg á grind.

## 20.Pan Kúbu o

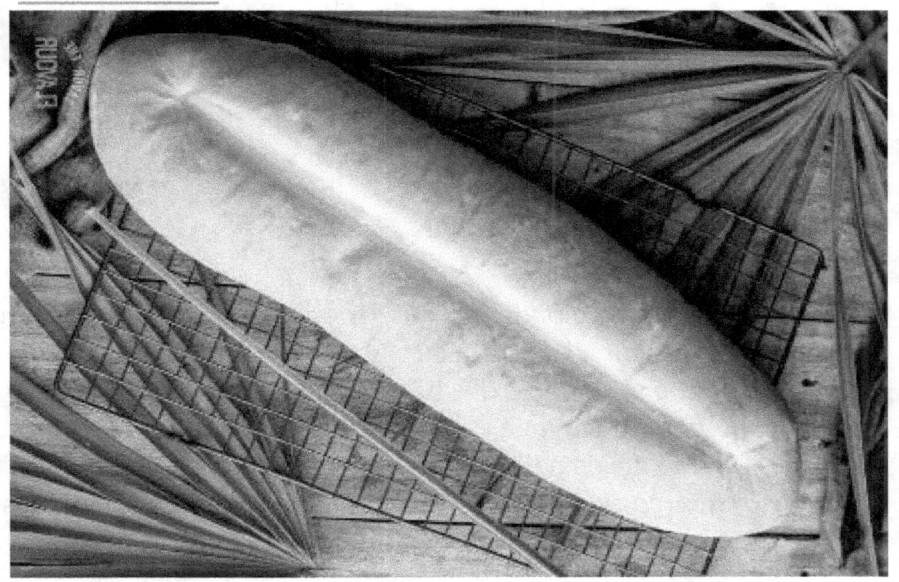

**HRÁEFNI:**
- 3 pakkar virkt þurrger maísmjöl
- 4 tsk púðursykur
- 2 bollar vatn
- ¾ bolli heitt vatn
- 5-6 bollar brauðhveiti, skipt
- 1 matskeið salt

**LEIÐBEININGAR:**

a) Fáðu þér blöndunarskál: Hrærið gerinu, púðursykrinum og volgu vatni út í. Látið standa í 11 mín.

b) Bætið salti með 3 til 4 bollum af hveiti. Blandið þeim saman þar til þú færð mjúkt deig.

c) Setjið deigið á hveitistráðan flöt. Hnoðið það í 9 til 11 mín.

d) Smyrjið skál og setjið deigið í hana. Hyljið það með plastfilmu. Látið það hvíla í 46 mín í 1 klst.

e) Þegar tíminn er búinn, hnoðið deigið í 2 mín. Mótaðu það í 2 brauð.

f) Stráið smá maísmjöli á bökunarplötu. Setjið brauðin í það og hyljið þau með eldhúsþurrku.

g) Látið þær standa í 11 mín. Notaðu pizzusker við hníf til að búa til tvær sneiðar ofan á hvert brauð.

h) Áður en þú gerir eitthvað skaltu forhita ofninn í 400 F.

i) Settu brauðformið í ofninn. Leyfðu þeim að elda í 32 til 36 mínútur þar til þau verða gullinbrún.

j) Leyfið brauðinu að kólna alveg. Berið þeim fram með hverju sem þú vilt.

k) Njóttu.

## 21.Pan De Alfacar

**HRÁEFNI:**
- 4 bollar alhliða hveiti
- ½ bolli kornsykur
- 2 matskeiðar ferskt ger
- 1 bolli heitt vatn
- ½ bolli ólífuolía
- 1 tsk salt
- Börkur af 1 sítrónu
- Púðursykur, til að rykhreinsa

**LEIÐBEININGAR:**

a) Leysið gerið upp í volgu vatni í lítilli skál og látið það standa í um það bil 5 mínútur þar til það verður froðukennt.

b) Blandið saman hveiti, sykri, salti og sítrónuböork í stórri blöndunarskál. Búið til holu í miðjunni og hellið gerblöndunni og ólífuolíu út í.

c) Blandið hráefnunum saman þar til deig myndast. Þú getur notað tréskeið eða hendurnar til að hnoða deigið. Ef deigið finnst of þurrt skaltu bæta við aðeins heitara vatni, einni matskeið í einu, þar til það kemur saman.

d) Færið deigið yfir á hreint, létt hveitistráð yfirborð og hnoðið það í um það bil 10 mínútur þar til það verður slétt og teygjanlegt.

e) Setjið deigið í smurða skál og hyljið það með hreinu eldhúsþurrku eða plastfilmu. Leyfið deiginu að hefast á heitum stað í um 1 til 2 klukkustundir þar til það tvöfaldast að stærð.

f) Forhitaðu ofninn þinn í 180°C (350°F). Smyrjið bökunarplötu eða klæddu hana með bökunarpappír.

g) Þegar deigið hefur lyft sér skaltu kýla það niður til að losa loftbólur. Færið deigið yfir á tilbúna bökunarplötu og mótið það í kringlótt brauð.

h) Hyljið brauðið með eldhúsþurrku og látið hefast í 30 mínútur í viðbót.

i) Bakið Pan de Alfacar í forhituðum ofni í um 30 til 35 mínútur eða þar til hann verður gullinbrúnn og hljómar holur þegar bankað er á botninn.

j) Takið brauðið úr ofninum og látið það kólna á grind.

k) Þegar Pan de Alfacar hefur kólnað, stráið það ríkulega með flórsykri áður en það er borið fram.

## 22.Pan Cateto

## HRÁEFNI:
- 4 bollar heilhveiti
- 2 tsk salt
- 1 ¼ bollar vatn
- 1 matskeið ferskt ger

## LEIÐBEININGAR:
a) Blandið saman heilhveiti og salti í stórri blöndunarskál.
b) Leysið gerið upp í volgu vatni í sérstakri lítilli skál og látið það standa í um það bil 5 mínútur þar til það verður froðukennt.
c) Búið til holu í miðju hveitiblöndunnar og hellið gerblöndunni út í.
d) Blandið hráefnunum saman þar til það myndast gróft deig.
e) Færið deigið yfir á hreint, létt hveitistráð yfirborð og hnoðið það í um það bil 10 mínútur þar til það verður slétt og teygjanlegt. Þú gætir þurft að bæta við meira hveiti ef deigið er of klístrað.
f) Setjið deigið í smurða skál og hyljið það með hreinu eldhúsþurrku eða plastfilmu. Leyfið deiginu að hefast á heitum stað í um 1 til 2 klukkustundir þar til það tvöfaldast að stærð.
g) Forhitaðu ofninn þinn í 220°C (425°F). Ef þú átt bökunarstein eða bökunarplötu skaltu setja hann í ofninn til að forhita líka.
h) Þegar deigið hefur lyft sér skaltu kýla það niður til að losa loftbólur. Mótaðu deigið í kringlótt eða sporöskjulaga brauð og leggðu það á bökunarplötu klædda bökunarpappír eða á forhitaðan bökunarsteininn.
i) Skerið toppinn af deiginu með beittum hníf til að búa til skrautmunstur eða til að hjálpa brauðinu að stækka við bakstur.
j) Bakið pönnu cateto í forhituðum ofni í um það bil 30 til 40 mínútur eða þar til hún myndar gullbrúna skorpu og hljómar holur þegar bankað er á botninn.
k) Takið brauðið úr ofninum og látið það kólna á grind áður en það er skorið í sneiðar og borið fram.

## 23.Pan De Cruz

## HRÁEFNI:
- 4 bollar brauðhveiti
- 2 tsk salt
- 2 tsk kornsykur
- 2 ¼ teskeiðar virkt þurrger
- 1 ⅓ bollar heitt vatn
- Ólífuolía, til smurningar
- Valfrjálst: Sesamfræ eða gróft salt til að strá yfir

## LEIÐBEININGAR:
a) Leysið sykurinn og gerið upp í volgu vatni í lítilli skál. Látið standa í um það bil 5 mínútur þar til það er orðið froðukennt.
b) Blandið saman brauðhveiti og salti í stórri blöndunarskál. Búið til holu í miðjunni og hellið gerblöndunni út í.
c) Blandið hráefnunum saman þar til deig myndast. Færið deigið yfir á hreint, létt hveitistráð yfirborð og hnoðið það í um það bil 10 mínútur þar til það verður slétt og teygjanlegt. Bætið við meira hveiti ef þarf til að koma í veg fyrir að það festist.
d) Setjið deigið í smurða skál og hyljið það með hreinu eldhúsþurrku eða plastfilmu. Leyfið deiginu að hefast á heitum stað í um 1 til 2 klukkustundir þar til það tvöfaldast að stærð.
e) Forhitaðu ofninn þinn í 220°C (425°F). Ef þú átt bökunarstein eða bökunarplötu skaltu setja hann í ofninn til að forhita líka.
f) Þegar deigið hefur lyft sér skaltu kýla það niður til að losa loftbólur. Færið deigið yfir á létt hveitistráð yfirborð og mótið það í kringlótt eða sporöskjulaga brauð.
g) Notaðu beittan hníf eða deigsköfu til að búa til tvær djúpar, skera skurði ofan á brauðinu til að mynda krossform.
h) Valfrjálst: Stráið sesamfræjum eða grófu salti yfir brauðið til að auka bragðið og skrautið.
i) Færðu mótaða brauðið yfir á forhitaðan bökunarsteininn eða bökunarplötuna.
j) Bakið pan de cruz í forhituðum ofni í um það bil 25 til 30 mínútur eða þar til hún myndar gullbrúna skorpu og hljómar holur þegar bankað er á botninn.
k) Takið brauðið úr ofninum og látið það kólna á grind áður en það er skorið í sneiðar og borið fram.

## 24. Pataqueta

## HRÁEFNI:
- 4 bollar brauðhveiti
- 2 tsk salt
- 2 tsk kornsykur
- 2 ¼ teskeiðar virkt þurrger
- 1 ⅓ bollar heitt vatn
- Ólífuolía, til smurningar
- Valfrjálst: Sesamfræ eða gróft salt til að strá yfir

## LEIÐBEININGAR:
a) Leysið sykurinn og gerið upp í volgu vatni í lítilli skál. Látið standa í um það bil 5 mínútur þar til það er orðið froðukennt.
b) Blandið saman brauðhveiti og salti í stórri blöndunarskál. Búið til holu í miðjunni og hellið gerblöndunni út í.
c) Blandið hráefnunum saman þar til deig myndast. Færið deigið yfir á hreint, létt hveitistráð yfirborð og hnoðið það í um það bil 10 mínútur þar til það verður slétt og teygjanlegt. Bætið við meira hveiti ef þarf til að koma í veg fyrir að það festist.
d) Setjið deigið í smurða skál og hyljið það með hreinu eldhúsþurrku eða plastfilmu. Leyfið deiginu að hefast á heitum stað í um 1 til 2 klukkustundir þar til það tvöfaldast að stærð.
e) Forhitaðu ofninn þinn í 220°C (425°F). Ef þú átt bökunarstein eða bökunarplötu skaltu setja hann í ofninn til að forhita líka.
f) Þegar deigið hefur lyft sér skaltu kýla það niður til að losa loftbólur. Skiptið deiginu í smærri hluta, á stærð við tennisbolta.
g) Mótaðu hvern hluta af deiginu í kringlótt eða sporöskjulaga form og settu á bökunarplötu klædda bökunarpappír.
h) Valfrjálst: Penslið toppana á pataquetas með vatni og stráið sesamfræjum eða grófu salti yfir fyrir aukið bragð og skraut.
i) Látið formuðu rúllurnar lyfta sér í 15 til 20 mínútur til viðbótar.
j) Bakið pataquetas í forhituðum ofni í um það bil 15 til 20 mínútur eða þar til þeir verða gullbrúnir.
k) Takið rúllurnar úr ofninum og látið þær kólna aðeins áður en þær eru bornar fram.

## 25. Telera

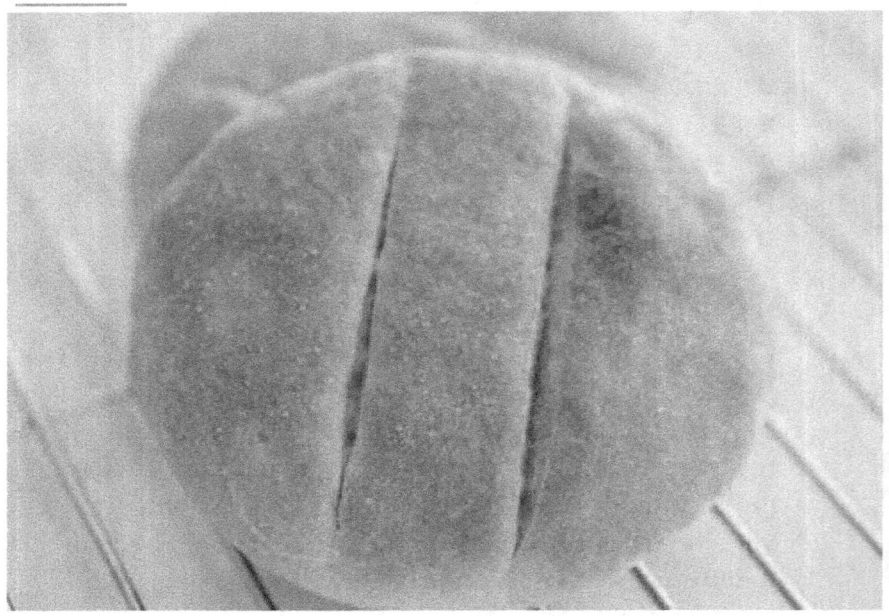

## HRÁEFNI:
- 4 bollar brauðhveiti
- 2 tsk salt
- 2 tsk kornsykur
- 2 ¼ teskeiðar virkt þurrger
- 1 ⅓ bollar heitt vatn
- 2 matskeiðar jurtaolía
- Valfrjálst: maísmjöl eða semolina hveiti til að rykhreinsa

## LEIÐBEININGAR:

a) Leysið sykurinn og gerið upp í volgu vatni í lítilli skál. Látið standa í um það bil 5 mínútur þar til það er orðið froðukennt.

b) Blandið saman brauðhveiti og salti í stórri blöndunarskál. Búið til holu í miðjunni og hellið gerblöndunni og jurtaolíu út í.

c) Blandið hráefnunum saman þar til deig myndast. Færið deigið yfir á hreint, létt hveitistráð yfirborð og hnoðið það í um það bil 10 mínútur þar til það verður slétt og teygjanlegt. Bætið við meira hveiti ef þarf til að koma í veg fyrir að það festist.

d) Setjið deigið í smurða skál og hyljið það með hreinu eldhúsþurrku eða plastfilmu. Leyfið deiginu að hefast á heitum stað í um 1 til 2 klukkustundir þar til það tvöfaldast að stærð.

e) Forhitaðu ofninn þinn í 220°C (425°F). Ef þú átt bökunarstein eða bökunarplötu skaltu setja hann í ofninn til að forhita líka.

f) Þegar deigið hefur lyft sér skaltu kýla það niður til að losa loftbólur. Færið deigið yfir á létt hveitistráð yfirborð og mótið það í aflangt eða sporöskjulaga brauð.

g) Setjið mótað deigið á bökunarplötu klædda bökunarpappír. Ef þess er óskað, stráið smá maísmjöli eða grjónamjöli á smjörpappírinn til að koma í veg fyrir að það festist og bætið rustískri áferð við skorpuna.

h) Hyljið mótað deigið með hreinu eldhúshandklæði og látið hefast í 15 til 20 mínútur til viðbótar.

i) Bakið telerabrauðið í forhituðum ofni í um það bil 15 til 20 mínútur eða þar til það verður gullbrúnt og hljómar holótt þegar bankað er á botninn.

j) Takið brauðið úr ofninum og látið það kólna á vírgrind áður en það er skorið í sneiðar og notað í samlokur.

## 26.Llonguet

## HRÁEFNI:
- 4 bollar brauðhveiti
- 2 tsk salt
- 2 tsk kornsykur
- 2 ¼ teskeiðar virkt þurrger
- 1 ⅓ bollar heitt vatn
- 2 matskeiðar ólífuolía
- Valfrjálst: Sesamfræ eða gróft salt til áleggs

## LEIÐBEININGAR:
a) Leysið sykurinn og gerið upp í volgu vatni í lítilli skál. Látið standa í um það bil 5 mínútur þar til það er orðið froðukennt.
b) Blandið saman brauðhveiti og salti í stórri blöndunarskál. Búið til holu í miðjunni og hellið gerblöndunni og ólífuolíu út í.
c) Blandið hráefnunum saman þar til deig myndast. Færið deigið yfir á hreint, létt hveitistráð yfirborð og hnoðið það í um það bil 10 mínútur þar til það verður slétt og teygjanlegt. Bætið við meira hveiti ef þarf til að koma í veg fyrir að það festist.
d) Setjið deigið í smurða skál og hyljið það með hreinu eldhúsþurrku eða plastfilmu. Leyfið deiginu að hefast á heitum stað í um 1 til 2 klukkustundir þar til það tvöfaldast að stærð.
e) Forhitaðu ofninn þinn í 220°C (425°F). Ef þú átt bökunarstein eða bökunarplötu skaltu setja hann í ofninn til að forhita líka.
f) Þegar deigið hefur lyft sér skaltu kýla það niður til að losa loftbólur. Færið deigið yfir á létt hveitistráð yfirborð og skiptið því í smærri hluta, á stærð við tennisbolta.
g) Mótaðu hvern hluta af deiginu í aflanga eða sporöskjulaga form, sem líkist litlu baguette. Settu mótuðu llonguetsana á bökunarplötu klædda bökunarpappír, hafðu smá bil á milli þeirra.
h) Valfrjálst: Penslið toppana á llonguetunum með vatni og stráið sesamfræjum eða grófu salti ofan á til að auka bragðið og skrautið.
i) Látið formuðu llonguets lyfta sér í 15 til 20 mínútur til viðbótar.
j) Bakið llonguets í forhituðum ofni í um 15 til 20 mínútur eða þar til þeir verða gullinbrúnir og hafa örlítið stökka skorpu.
k) Takið llonguets úr ofninum og látið þá kólna á vírgrind áður en þeir eru notaðir í samlokur eða njóta þeirra einir og sér.

## 27.B oroña

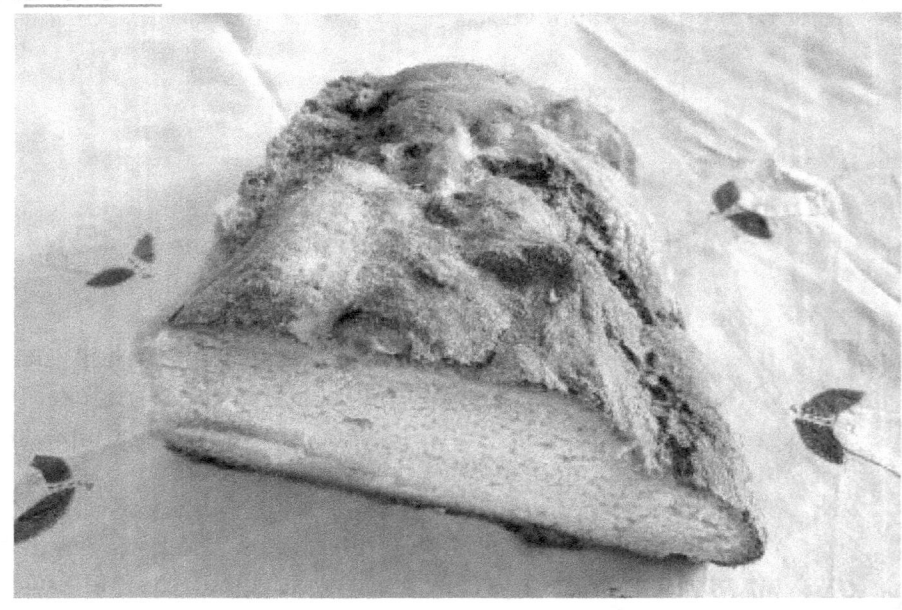

**HRÁEFNI:**
- 4 bollar brauðhveiti
- 2 tsk salt
- 2 tsk kornsykur
- 2 ¼ teskeiðar virkt þurrger
- 1 ⅓ bollar heitt vatn
- 2 matskeiðar ólífuolía
- Maísmjöl eða semolina hveiti til að rykhreinsa

**LEIÐBEININGAR:**

a) Leysið sykurinn og gerið upp í volgu vatni í lítilli skál. Látið standa í um það bil 5 mínútur þar til það er orðið froðukennt.

b) Blandið saman brauðhveiti og salti í stórri blöndunarskál. Búið til holu í miðjunni og hellið gerblöndunni og ólífuolíu út í.

c) Blandið hráefnunum saman þar til deig myndast. Færið deigið yfir á hreint, létt hveitistráð yfirborð og hnoðið það í um það bil 10 mínútur þar til það verður slétt og teygjanlegt. Bætið við meira hveiti ef þarf til að koma í veg fyrir að það festist.

d) Setjið deigið í smurða skál og hyljið það með hreinu eldhúsþurrku eða plastfilmu. Leyfið deiginu að hefast á heitum stað í um 1 til 2 klukkustundir þar til það tvöfaldast að stærð.

e) Forhitaðu ofninn þinn í 220°C (425°F). Ef þú átt bökunarstein eða bökunarplötu skaltu setja hann í ofninn til að forhita líka.

f) Þegar deigið hefur lyft sér skaltu kýla það niður til að losa loftbólur. Færið deigið yfir á létt hveitistráð yfirborð og mótið það í kringlótt eða sporöskjulaga brauð.

g) Setjið mótað deigið á bökunarplötu klædda bökunarpappír. Dustið toppinn af brauðinu með maísmjöli eða semolina hveiti.

h) Hyljið deigið með hreinu eldhúshandklæði og látið hefast í 15 til 20 mínútur til viðbótar.

i) Með beittum hníf skaltu skera niður eða skera ofan á brauðið til að búa til skrautmunstur.

j) Bakið Boroña brauðið í forhituðum ofni í um það bil 30 til 35 mínútur eða þar til það verður gullinbrúnt og hefur þétta skorpu.

k) Takið brauðið úr ofninum og látið það kólna á grind áður en það er skorið í sneiðar og borið fram.

## 28. Pistola

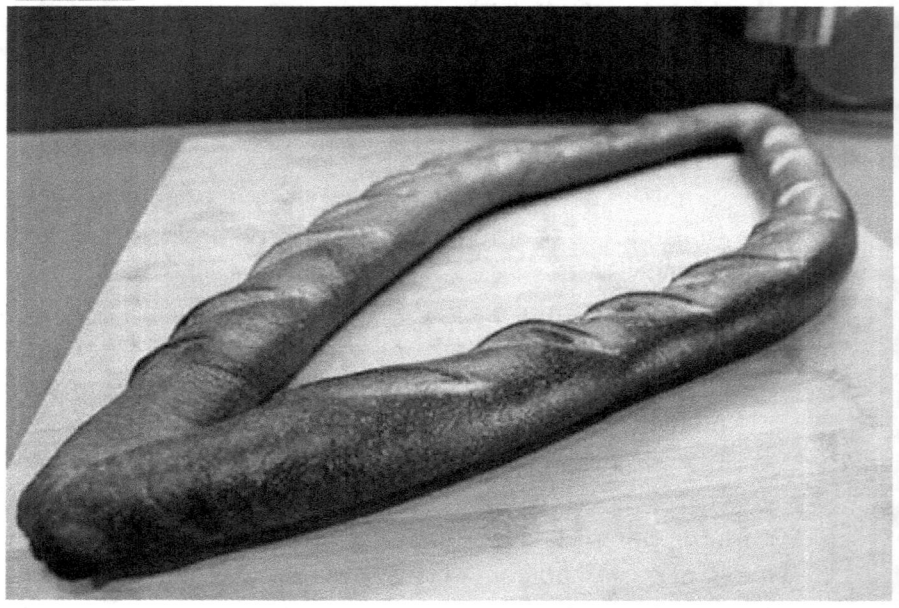

**HRÁEFNI:**
- 4 bollar brauðhveiti
- 2 tsk salt
- 2 tsk kornsykur
- 2 ¼ teskeiðar virkt þurrger
- 1 ⅓ bollar heitt vatn
- Ólífuolía, til smurningar
- Valfrjálst: sesamfræ eða valmúafræ til áleggs

**LEIÐBEININGAR:**

a) Leysið sykurinn og gerið upp í volgu vatni í lítilli skál. Látið standa í um það bil 5 mínútur þar til það er orðið froðukennt.

b) Blandið saman brauðhveiti og salti í stórri blöndunarskál. Búið til holu í miðjunni og hellið gerblöndunni út í.

c) Blandið hráefnunum saman þar til deig myndast. Færið deigið yfir á hreint, létt hveitistráð yfirborð og hnoðið það í um það bil 10 mínútur þar til það verður slétt og teygjanlegt. Bætið við meira hveiti ef þarf til að koma í veg fyrir að það festist.

d) Setjið deigið í smurða skál og hyljið það með hreinu eldhúsþurrku eða plastfilmu. Leyfið deiginu að hefast á heitum stað í um 1 til 2 klukkustundir þar til það tvöfaldast að stærð.

e) Forhitaðu ofninn þinn í 220°C (425°F). Ef þú átt bökunarstein eða bökunarplötu skaltu setja hann í ofninn til að forhita líka.

f) Þegar deigið hefur lyft sér skaltu kýla það niður til að losa loftbólur. Færið deigið yfir á létt hveitistráð yfirborð og skiptið því í smærri hluta, á stærð við stóra rúlla.

g) Mótaðu hvern hluta af deiginu í aflanga rúlla sem líkist litlu baguette eða skammbyssuformi. Setjið formuðu pistolarúllurnar á bökunarplötu klædda bökunarpappír.

h) Valfrjálst: Penslið toppana á pistolarúllunum með vatni og stráið sesamfræjum eða valmúafræjum ofan á til að auka bragðið og skrautið.

i) Látið formuðu rúllurnar lyfta sér í 15 til 20 mínútur til viðbótar.

j) Bakið pistolarúllurnar í forhituðum ofni í um það bil 15 til 20 mínútur eða þar til þær verða gullinbrúnar og hafa örlítið stökka skorpu.

k) Takið rúllurnar úr ofninum og látið þær kólna á grind áður en þær eru bornar fram.

## 29. Regañao

**HRÁEFNI:**
- 2 bollar alhliða hveiti
- 1 tsk salt
- 1 tsk paprika (valfrjálst, fyrir bragðið)
- ½ bolli heitt vatn
- 2 matskeiðar ólífuolía
- Gróft salt til að strá yfir

**TOPPING**
- Serrano skinkusneiðar (valfrjálst)

**LEIÐBEININGAR:**
a) Blandaðu saman hveiti, salti og papriku (ef þú notar það) í blöndunarskál. Blandið vel saman til að dreifa innihaldsefnunum jafnt.
b) Búið til holu í miðju þurrefnanna og hellið heitu vatni og ólífuolíu út í.
c) Hrærið blönduna með skeið eða höndum þar til hún kemur saman og myndar deig.
d) Færið deigið yfir á hreint, létt hveitistráð yfirborð og hnoðið það í um það bil 5 mínútur þar til það verður slétt og teygjanlegt.
e) Skiptið deiginu í smærri hluta og hyljið þá með hreinu eldhúsþurrku. Látið deigið hvíla í um 15-20 mínútur til að slaka á glúteininu.
f) Forhitaðu ofninn þinn í 200°C (400°F).
g) Takið einn skammt af deiginu og fletjið út eins þunnt og hægt er, miðið við um 1-2 millimetra þykkt. Þú getur notað kökukefli eða hendurnar til að fletja deigið út.
h) Flyttu útrúllaða deigið yfir á bökunarplötu klædda bökunarpappír. Endurtaktu ferlið með hinum deigskömmtum sem eftir eru, settu þá á aðskildar bökunarplötur eða hafðu nóg bil á milli hvers regañao brauðs.
i) Stráið grófu salti yfir yfirborð deigsins, þrýstið því létt niður til að tryggja að það festist.
j) Bakið Regañao brauðið í forhituðum ofni í um 8-10 mínútur eða þar til það er orðið gullinbrúnt og stökkt. Fylgstu vel með því þar sem það getur fljótt ofbrúnt.
k) Takið bökunarplöturnar úr ofninum og látið regañao brauðið kólna alveg á vírgrind.
l) Þegar það hefur kólnað er regañao brauðið tilbúið til að njóta þess, toppað með skinku.

## 30.Torta De Aranda

**HRÁEFNI:**
- 4 bollar brauðhveiti
- 300 millilítra heitt vatn
- 10 gr salt
- 10 grömm ferskt ger (eða 5 grömm af virku þurrgeri)
- Ólífuolía til smurningar

**LEIÐBEININGAR:**
a)  Blandið saman brauðhveiti og salti í stórri blöndunarskál.
b)  Leysið ferska gerið upp í volgu vatni. Ef þú notar virkt þurrger skaltu leysa það upp í hluta af volgu vatni og láta það virkjast í um það bil 5-10 mínútur áður en þú heldur áfram.
c)  Búið til holu í miðju hveitiblöndunnar og hellið gerblöndunni út í. Hellið hveitinu smám saman í vökvann og hrærið með tréskeið eða höndum þar til gróft deig myndast.
d)  Færið deigið yfir á létt hveitistráð yfirborð og hnoðið það í um 10-15 mínútur, eða þar til það er orðið slétt og teygjanlegt. Bætið við litlu magni af hveiti ef deigið er of klístrað.
e)  Mótaðu deigið í hringlaga kúlu og settu það aftur í blöndunarskálina. Hyljið skálina með hreinu eldhúshandklæði og látið deigið hefast á hlýjum stað í um 1-2 klukkustundir, eða þar til það tvöfaldast að stærð.
f)  Forhitaðu ofninn þinn í 230°C (450°F).
g)  Þegar deigið hefur lyft sér skaltu kýla það varlega niður til að losa um loftbólur. Snúðu því út á smurða bökunarplötu eða pizzastein.
h)  Pressið og fletjið deigið út með höndunum í diskaform, um 1-2 tommur á þykkt. Gerðu nokkra skáskora þvert á toppinn á deiginu til að búa til mynstur.
i)  Penslið yfirborð deigsins með ólífuolíu.
j)  Settu bökunarplötuna eða pizzasteininn með deiginu inn í forhitaðan ofn. Bakið í um 20-25 mínútur, eða þar til brauðið er gullinbrúnt og hljómar holótt þegar slegið er á botninn.
k)  Takið Torta de Aranda úr ofninum og látið kólna á grind áður en hún er skorin í sneiðar og borin fram.

## 31.Txantxigorri

## HRÁEFNI:
- 4 bollar brauðhveiti
- 2 ¼ tsk salt
- 1 matskeið ferskt ger
- 1 ⅓ bollar volgt vatn
- Maísmjöl eða semolina, til að rykhreinsa

## LEIÐBEININGAR:
a) Blandið saman brauðhveiti og salti í stórri blöndunarskál.
b) Leysið ferska gerið upp í volgu vatni eða, ef notað er virkt þurrger, virkjaðu það samkvæmt leiðbeiningum á pakkanum.
c) Búið til holu í miðju hveitiblöndunnar og hellið gerblöndunni út í. Hrærið vel þar til deig fer að myndast.
d) Færið deigið yfir á hreint, létt hveitistráð yfirborð og hnoðið það í um 10-15 mínútur þar til það verður slétt og teygjanlegt. Að öðrum kosti er hægt að nota hrærivél með deigkrók til að hnoða.
e) Setjið deigið í smurða skál og hyljið það með hreinu eldhúsþurrku eða plastfilmu. Leyfið deiginu að hefast á heitum stað í um 1 til 2 klukkustundir þar til það tvöfaldast að stærð.
f) Forhitaðu ofninn þinn í 220°C (425°F). Settu bökunarstein eða bökunarplötu inn í ofn til að forhita líka.
g) Þegar deigið hefur lyft sér skaltu kýla það niður til að losa loftbólur. Mótaðu deigið í kringlótt brauð og leggðu það á bökunarplötu sem er strokið með maísmjöli eða semolina.
h) Notaðu beittan hníf eða rakvélarblað til að búa til skrautlegar sneiðingar eða merkingar á yfirborði brauðsins, svo sem skálínur eða krossamynstur. Þetta gefur Txantxigorri einkennandi útlit sitt.
i) Settu brauðið yfir í forhitaðan ofninn og bakaðu í um 25-30 mínútur, eða þar til skorpan verður gullinbrún og hljómar holur þegar slegið er á botninn.
j) Takið Txantxigorri úr ofninum og látið kólna á grind áður en það er skorið í sneiðar og borið fram.

## 32. Pan De Semillas

**HRÁEFNI:**
- 4 bollar brauðhveiti
- 2 ¼ teskeiðar virkt þurrger
- 1 tsk sykur
- 1 tsk salt
- 1 ¼ bollar heitt vatn
- 2 matskeiðar ólífuolía
- Fjölbreytt fræ (svo sem sólblómafræ, graskersfræ, sesamfræ, hörfræ o.s.frv.) til að toppa og blanda í deigið

**LEIÐBEININGAR:**
a) Leysið sykurinn upp í volgu vatni í lítilli skál. Stráið gerinu yfir vatnið og látið standa í um það bil 5 mínútur þar til það er orðið froðukennt.
b) Blandið saman brauðhveiti og salti í stórri blöndunarskál. Búið til holu í miðjunni og hellið gerblöndunni og ólífuolíu út í.
c) Blandið hráefnunum saman þar til deig myndast. Færið deigið yfir á hveitistráð yfirborð og hnoðið það í um það bil 10 mínútur þar til það verður slétt og teygjanlegt. Bætið við meira hveiti ef þarf til að koma í veg fyrir að það festist.
d) Setjið deigið í smurða skál, hyljið það með hreinu eldhúsþurrku og látið hefast á hlýjum stað í um það bil 1 til 2 klukkustundir þar til það tvöfaldast að stærð.
e) Forhitaðu ofninn þinn í 220°C (425°F).
f) Þegar deigið hefur lyft sér skaltu kýla það niður til að losa loftbólur. Flyttu deigið yfir á létt hveitistráð yfirborð og hnoðið saman fræin, eins og sólblómafræ, graskersfræ, sesamfræ eða hörfræ. Bætið handfylli eða fleiri af fræjum út í og blandið þeim jafnt inn í deigið.
g) Mótaðu deigið í brauð eða skiptu því í smærri hluta fyrir stakar rúllur.
h) Setjið mótað deigið á smurða eða bökunarpappírsklædda ofnplötu. Hyljið það með eldhúsþurrku og látið hefast í 30 mínútur í viðbót.
i) Valfrjálst: Penslið toppinn á brauðinu með vatni og stráið aukafræjum ofan á til skrauts.
j) Bakið brauðið í forhituðum ofni í um 30-35 mínútur, eða þar til skorpan er orðin gullinbrún og brauðið hljómar holótt þegar slegið er á botninn.
k) Takið brauðið úr ofninum og látið það kólna á grind áður en það er skorið í sneiðar.

## 33.Öreja

## HRÁEFNI:
- 1 lak af laufabrauði, þíða (keypt í búð eða heimabakað)
- Kornsykur, til að strá yfir

## LEIÐBEININGAR:
a) Forhitið ofninn þinn í hitastigið sem tilgreint er á laufabrauðspakkanum eða í kringum 200°C (400°F).
b) Fletjið smjördeigsplötunni út á létt hveitistráðu yfirborði til að fletja það aðeins út.
c) Stráið ríkulegu magni af strásykri yfir allt yfirborð laufabrauðsplötunnar.
d) Byrjið á annarri brúninni og rúllið laufabrauðsplötunni þétt upp í átt að miðjunni. Endurtaktu með hinni brúninni og rúllaðu honum líka í átt að miðjunni. Rúllurnar tvær ættu að mætast í miðjunni.
e) Notaðu beittan hníf til að skera laufabrauðið þversum í þunnar sneiðar, um það bil ½ tommu þykkar.
f) Setjið laufabrauðssneiðina á bökunarpappírsklædda bökunarplötu og hafðu smá bil á milli hverrar sneiðar þar sem þær stækka við bakstur.
g) Ýttu varlega niður á hverja sneið með lófanum til að fletja hana aðeins út.
h) Stráið smá kornsykri til viðbótar ofan á hverja sneið.
i) Bakið orejas í forhituðum ofni í um 12-15 mínútur, eða þar til þær verða gullinbrúnar og stökkar.
j) Takið orejas úr ofninum og látið þær kólna á grind.

# GRÆKT BRAUÐ

## 34. Lagana

**HRÁEFNI:**
- 4 bollar alhliða hveiti
- 1 matskeið virkt þurrger
- 1 tsk sykur
- 1 tsk salt
- 2 matskeiðar ólífuolía
- 1 ½ bolli volgt vatn
- Sesamfræ til að strá yfir

**LEIÐBEININGAR:**
a) Leysið sykurinn upp í volgu vatni í lítilli skál. Stráið gerinu yfir vatnið og látið standa í um það bil 5 mínútur, eða þar til það er froðukennt.
b) Blandið saman hveiti og salti í stórri blöndunarskál. Búið til holu í miðjunni og hellið ólífuolíunni og gerblöndunni út í. Blandið saman með tréskeið eða höndum þar til deigið fer að safnast saman.
c) Færið deigið yfir á hveitistráð yfirborð og hnoðið í um 5-7 mínútur, eða þar til deigið er orðið slétt og teygjanlegt.
d) Setjið deigið í smurða skál, hyljið með hreinu eldhúsþurrku og látið hefast á hlýjum stað í um það bil 1 klukkustund, eða þar til það hefur tvöfaldast að stærð.
e) Forhitaðu ofninn þinn í 425°F (220°C). Klæðið bökunarplötu með bökunarpappír.
f) Kýlið niður lyfta deigið og færið það yfir á hveitistráð yfirborð. Skiptið deiginu í tvo jafna hluta.
g) Flettu út hvern hluta af deiginu í rétthyrnd form, um ¼ tommu þykkt. Flyttu fletja deigið yfir á tilbúna bökunarplötu.
h) Penslið létt ofan á hverri flatböku með vatni og stráið sesamfræjum yfir yfirborðið.
i) Notaðu fingurna til að búa til ídrátt yfir deigið, búa til mynstur af línum eða punktum.
j) Bakið lagana flatbrauðið í forhituðum ofni í um 20-25 mínútur, eða þar til þær eru gullinbrúnar og stökkar.
k) Takið úr ofninum og látið kólna á grind áður en það er skorið í sneiðar og borið fram.

## 35.Horiatiko Psomi

**HRÁEFNI:**
- 5 bollar brauðhveiti
- 2 tsk virkt þurrger
- 2 tsk salt
- 2 ½ bollar volgt vatn
- 2 matskeiðar ólífuolía

**LEIÐBEININGAR:**

a) Leysið gerið upp í volgu vatni í lítilli skál. Látið standa í um það bil 5 mínútur, eða þar til froðukennt.

b) Blandið saman brauðhveiti og salti í stórri blöndunarskál. Búið til holu í miðjunni og hellið gerblöndunni og ólífuolíu út í. Blandið saman með tréskeið eða höndum þar til deigið fer að safnast saman.

c) Færið deigið yfir á hveitistráð yfirborð og hnoðið í um 10-15 mínútur, eða þar til deigið er orðið slétt og teygjanlegt.

d) Setjið deigið í smurða skál, hyljið með hreinu eldhúsþurrku og látið hefast á hlýjum stað í um 1-2 klukkustundir, eða þar til það hefur tvöfaldast að stærð.

e) Þegar deigið hefur lyft sér, stingið því niður og mótið það í kringlótt eða sporöskjulaga brauð.

f) Forhitaðu ofninn þinn í 450°F (230°C). Settu bökunarstein eða öfuga bökunarplötu í ofninn til að forhita líka.

g) Flyttu mótaða deigið yfir á bökunarplötu klædda bökunarpappír eða bökunarhýði sem er strokið með hveiti.

h) Notaðu beittan hníf til að skera skástöng á yfirborð deigsins. Þetta mun hjálpa brauðinu að stækka og mynda Rustic skorpu.

i) Settu bökunarplötuna með deiginu á forhitaðan bökunarsteininn eða hvolfið bökunarplötu í ofninum.

j) Bakið í um 30-35 mínútur, eða þar til brauðið er gullinbrúnt og hljómar holótt þegar slegið er á botninn.

k) Takið brauðið úr ofninum og látið það kólna á grind áður en það er skorið í sneiðar og borið fram.

l) Grískt þorpsbrauð (Horiatiko Psomi) er fullkomið til að njóta með grískum mezes, súpur, pottrétti eða einfaldlega dýft í ólífuolíu. Þetta er ljúffengt og seðjandi brauð með sveitalegum sjarma. Njóttu!

## 36.Ladeni

**HRÁEFNI:**
- 4 bollar alhliða hveiti
- 2 tsk virkt þurrger
- 1 tsk sykur
- 1 tsk salt
- 2 matskeiðar ólífuolía
- 1 ½ bolli volgt vatn
- 4 meðalstórir tómatar, sneiddir
- 1 meðalstór rauðlaukur, þunnt sneið
- 1 bolli Kalamata ólífur, skornar og skornar í helminga
- 2 matskeiðar ferskt oregano, saxað
- Salt og pipar eftir smekk
- Auka ólífuolía til að hella yfir

**LEIÐBEININGAR:**

a) Leysið sykurinn upp í volgu vatni í lítilli skál. Stráið gerinu yfir vatnið og látið standa í um það bil 5 mínútur, eða þar til það er froðukennt.

b) Blandið saman hveiti og salti í stórri blöndunarskál. Búið til holu í miðjunni og hellið ólífuolíunni og gerblöndunni út í. Blandið saman með tréskeið eða höndum þar til deigið fer að safnast saman.

c) Færið deigið yfir á hveitistráð yfirborð og hnoðið í um 5-7 mínútur, eða þar til deigið er orðið slétt og teygjanlegt.

d) Setjið deigið í smurða skál, hyljið með hreinu eldhúsþurrku og látið hefast á hlýjum stað í um það bil 1 klukkustund, eða þar til það hefur tvöfaldast að stærð.

e) Forhitaðu ofninn þinn í 425°F (220°C). Klæðið bökunarplötu með bökunarpappír.

f) Kýldu niður lyfta deigið og færðu það yfir á tilbúna bökunarplötu. Notaðu hendurnar til að þrýsta og teygja deigið í rétthyrning eða sporöskjulaga form, um það bil ½ tommu þykkt.

g) Raðið sneiðum tómötum, rauðlauk og Kalamata ólífum ofan á deigið. Stráið fersku eða þurrkuðu oregano yfir, salti og pipar.

h) Dreypið smá ólífuolíu yfir áleggið.

i) Bakið í forhituðum ofni í um 20-25 mínútur, eða þar til brauðið er gullbrúnt og eldað í gegn.

j) Takið úr ofninum og látið kólna á grind áður en það er skorið í sneiðar og borið fram.

## 37.Psomi Pita

**HRÁEFNI:**
- 3 bollar alhliða hveiti
- 1 tsk virkt þurrger
- 1 tsk sykur
- 1 tsk salt
- 2 matskeiðar ólífuolía
- 1 bolli volgt vatn

**LEIÐBEININGAR:**

a) Leysið sykurinn upp í volgu vatni í lítilli skál. Stráið gerinu yfir vatnið og látið standa í um það bil 5 mínútur, eða þar til það er froðukennt.

b) Blandið saman hveiti og salti í stórri blöndunarskál. Búið til holu í miðjunni og hellið ólífuolíunni og gerblöndunni út í. Blandið saman með tréskeið eða höndum þar til deigið fer að safnast saman.

c) Færið deigið yfir á hveitistráð yfirborð og hnoðið í um 5-7 mínútur, eða þar til deigið er orðið slétt og teygjanlegt. Bætið við meira hveiti ef þarf til að koma í veg fyrir að það festist, en forðastu að bæta við of miklu hveiti til að halda deiginu mjúku.

d) Setjið deigið í smurða skál, hyljið með hreinu eldhúsþurrku og látið hefast á hlýjum stað í um 1-2 klukkustundir, eða þar til það hefur tvöfaldast að stærð.

e) Þegar deigið hefur lyft sér skaltu kýla það niður og flytja það yfir á hveitistráð yfirborð. Skiptið deiginu í 8 jafna hluta.

f) Rúllið hvern hluta í kúlu og fletjið hana út með höndunum. Notaðu kökukefli, rúllaðu hverjum hluta út í hring, um það bil ¼ tommu þykkt.

g) Hitið pönnu eða pönnu sem festist ekki við við meðalháan hita. Settu eitt útrúllað pítubrauð á heita pönnu og eldið í um það bil 1-2 mínútur á hvorri hlið, eða þar til það bólgnar upp og myndar gullbrúna bletti.

h) Fjarlægðu soðnu pítubrauðið af pönnunni og settu það inn í hreint eldhúshandklæði til að halda því mjúkt og teygjanlegt. Endurtaktu ferlið með afganginum af deiginu.

i) Berið gríska pítubrauðið fram heitt eða við stofuhita. Það er hægt að nota til að búa til samlokur, vefja eða rífa í bita og dýfa í sósur eða álegg.

## 38.Psomi Spitiko

**HRÁEFNI:**
- 4 bollar alhliða hveiti
- 2 tsk virkt þurrger
- 1 tsk sykur
- 1 tsk salt
- 2 matskeiðar ólífuolía
- 1 ½ bolli volgt vatn

**LEIÐBEININGAR:**

a) Leysið sykurinn upp í volgu vatni í lítilli skál. Stráið gerinu yfir vatnið og látið standa í um það bil 5 mínútur, eða þar til það er froðukennt.

b) Blandið saman hveiti og salti í stórri blöndunarskál. Búið til holu í miðjunni og hellið ólífuolíunni og gerblöndunni út í.

c) Blandið saman með tréskeið eða höndum þar til deigið fer að safnast saman.

d) Færið deigið yfir á hveitistráð yfirborð og hnoðið í um 5-7 mínútur, eða þar til deigið er orðið slétt og teygjanlegt.

e) Setjið deigið í smurða skál, hyljið með hreinu eldhúsþurrku og látið hefast á hlýjum stað í um 1-2 klukkustundir, eða þar til það hefur tvöfaldast að stærð.

f) Þegar deigið hefur lyft sér skaltu kýla það niður og flytja það yfir á hveitistráð yfirborð. Mótaðu það í kringlótt brauð.

g) Forhitaðu ofninn þinn í 425°F (220°C). Settu bökunarstein eða öfuga bökunarplötu í ofninn til að forhita líka.

h) Flyttu mótaða deigið yfir á forhitaða bökunarsteininn eða hvolfið bökunarplötu í ofninum.

i) Bakið í um 30-35 mínútur, eða þar til brauðið er gullinbrúnt og hljómar holótt þegar slegið er á botninn.

j) Takið brauðið úr ofninum og látið það kólna á grind áður en það er skorið í sneiðar og borið fram.

## 39. Koulouri Thessalonikis

## HRÁEFNI:
- 4 bollar alhliða hveiti
- 2 tsk virkt þurrger
- 1 tsk sykur
- 1 tsk salt
- 2 matskeiðar ólífuolía
- 1 ½ bolli volgt vatn
- ½ bolli sesamfræ
- ¼ bolli heitt vatn (fyrir sesamfræmauk)
- 2 matskeiðar ólífuolía (fyrir sesamfræmauk)
- ½ tsk salt (fyrir sesamfræmauk)

## LEIÐBEININGAR:
a) Leysið sykurinn upp í volgu vatni í lítilli skál. Stráið gerinu yfir vatnið og látið standa í um það bil 5 mínútur, eða þar til það er froðukennt.
b) Blandið saman hveiti og salti í stórri blöndunarskál. Búið til holu í miðjunni og hellið ólífuolíunni og gerblöndunni út í. Blandið saman með tréskeið eða höndum þar til deigið fer að safnast saman.
c) Færið deigið yfir á hveitistráð yfirborð og hnoðið í um 5-7 mínútur, eða þar til deigið er orðið slétt og teygjanlegt.
d) Setjið deigið í smurða skál, hyljið með hreinu eldhúsþurrku og látið hefast á hlýjum stað í um 1-2 klukkustundir, eða þar til það hefur tvöfaldast að stærð.
e) Þegar deigið hefur lyft sér skaltu kýla það niður og flytja það yfir á hveitistráð yfirborð. Skiptið deiginu í smærri hluta og rúllið hverjum hluta í langa reipi, um það bil 12 tommur að lengd.
f) Mótaðu hverja reipi af deiginu í hring, skarast endana og klíptu þá saman til að loka.
g) Forhitaðu ofninn þinn í 400°F (200°C). Klæðið bökunarplötu með bökunarpappír.
h) Blandið saman sesamfræjum, volgu vatni, ólífuolíu og salti í litla skál til að mynda deig.
i) Dýfðu hverjum brauðhring í sesamfræmaukið, passið að hjúpa það vel á öllum hliðum. Þrýstið sesamfræjunum varlega á deigið til að það festist.

j)   Settu húðuðu brauðhringana á tilbúna bökunarplötuna og skildu eftir smá bil á milli þeirra til að stækka.

k)   Bakið í forhituðum ofni í um 20-25 mínútur, eða þar til brauðhringirnir eru orðnir gullinbrúnir.

l)   Takið úr ofninum og látið Koulouri Thessalonikis kólna á grind áður en hún er borin fram.

## 40. Artos

## HRÁEFNI:
- 4 bollar alhliða hveiti
- 1 ½ tsk virkt þurrger
- 1 ½ bolli heitt vatn
- 1 matskeið sykur
- 1 tsk salt
- Valfrjálst: Sesamfræ eða annað álegg til skrauts

## LEIÐBEININGAR:
a) Leysið gerið og sykurinn upp í volgu vatni í lítilli skál. Látið standa í um það bil 5 mínútur, eða þar til það er orðið froðukennt.
b) Blandið saman hveiti og salti í stórri blöndunarskál. Búið til holu í miðjunni og hellið gerblöndunni út í.
c) Hellið hveitinu smám saman í vökvann, hrærið með tréskeið eða höndum, þar til mjúkt deig myndast.
d) Færið deigið yfir á hveitistráð yfirborð og hnoðið það í um 8-10 mínútur, eða þar til það er orðið slétt og teygjanlegt.
e) Setjið deigið í smurða skál, hyljið það með hreinu eldhúsþurrku og látið hefast á hlýjum stað í um 1-2 klukkustundir, eða þar til það tvöfaldast að stærð.
f) Þegar deigið hefur lyft sér skaltu kýla það varlega niður til að losa loftbólur. Mótaðu það í kringlótt eða sporöskjulaga brauð.
g) Færðu mótaða brauðið yfir á bökunarplötu eða bökunarstein. Ef þess er óskað er hægt að skreyta yfirborð brauðsins með sesamfræjum eða öðru áleggi.
h) Forhitaðu ofninn þinn í 375°F (190°C). Á meðan ofninn er að forhita, láttu brauðið hvíla og hefast aftur í um 15-20 mínútur.
i) Bakið brauðið í forhituðum ofni í um 30-35 mínútur, eða þar til það verður gullbrúnt og hljómar holótt þegar slegið er á botninn.
j) Þegar búið er að baka, takið artos úr ofninum og látið kólna á vírgrindi.

## 41.Zea

**HRÁEFNI:**
- 2 bollar alhliða hveiti
- 1 bolli heilhveiti
- 2 tsk virkt þurrger
- 1 tsk salt
- 1 ¼ bollar heitt vatn
- 2 matskeiðar ólífuolía
- Valfrjálst: Sesamfræ eða annað álegg til að strá yfir

**LEIÐBEININGAR:**

a) Leysið gerið upp í ¼ bolla af volgu vatni í lítilli skál. Látið standa í um það bil 5 mínútur, eða þar til það er orðið froðukennt.

b) Í stórri blöndunarskál, blandaðu saman alhliða hveiti, heilhveiti og salti.

c) Búið til holu í miðju þurrefnanna og hellið gerblöndunni, afganginum af volgu vatni og ólífuolíu út í.

d) Hrærið innihaldsefnunum saman þar til það myndast lobbótt deig.

e) Færið deigið yfir á hveitistráð yfirborð og hnoðið í um 8-10 mínútur, eða þar til deigið er orðið slétt og teygjanlegt. Bætið aðeins meira hveiti við ef þarf til að koma í veg fyrir að það festist.

f) Setjið deigið í smurða skál, hyljið það með hreinu eldhúsþurrku og látið hefast á hlýjum stað í um 1-2 klukkustundir, eða þar til það tvöfaldast að stærð.

g) Forhitaðu ofninn þinn í 425°F (220°C). Klæðið bökunarplötu með bökunarpappír.

h) Þegar deigið hefur lyft sér skaltu kýla það varlega niður til að losa um loftbólur. Skiptið deiginu í jafna hluta og mótið hvern skammt í langar þunnar brauðstangir.

i) Settu brauðstangirnar á tilbúna bökunarplötuna, hafðu smá bil á milli þeirra. Valfrjálst, stráið sesamfræjum eða öðru æskilegu áleggi ofan á.

j) Látið brauðstangirnar hvíla og hefast í 15-20 mínútur til viðbótar.

k) Bakið brauðstangirnar í forhituðum ofni í um 15-20 mínútur, eða þar til þær verða gullinbrúnar og stökkar að utan.

l) Þegar það er bakað skaltu fjarlægja Zea brauðið úr ofninum og láta það kólna á vírgrindi.

# 42. Paximathia

**HRÁEFNI:**
- 4 bollar alhliða hveiti
- 1 bolli kornsykur
- 1 tsk lyftiduft
- ½ tsk matarsódi
- ½ tsk salt
- ½ tsk malaður kanill
- 1 bolli ólífuolía
- ½ bolli appelsínusafi
- Börkur af 1 appelsínu
- ¼ bolli brandy eða ouzo (valfrjálst)
- Sesamfræ (til að strá)

**LEIÐBEININGAR:**
a) Forhitaðu ofninn þinn í 350°F (175°C) og klæddu bökunarplötu með bökunarpappír.
b) Í stórri blöndunarskál, þeytið saman hveiti, sykur, lyftiduft, matarsóda, salt og malaðan kanil þar til það hefur blandast vel saman.
c) Í sérstakri skál, þeytið saman ólífuolíu, appelsínusafa, appelsínuberki og brandy eða ouzo (ef það er notað).
d) Hellið blautu hráefnunum smám saman út í þurrefnin á meðan hrært er með tréskeið eða höndum. Blandið þar til deig myndast. Ef deigið finnst of þurrt má bæta við aðeins meiri appelsínusafa, matskeið í einu.
e) Færið deigið yfir á hveitistráð yfirborð og hnoðið það í nokkrar mínútur þar til það verður slétt og vel blandað saman.
f) Skiptið deiginu í smærri hluta. Taktu einn skammt í einu og rúllaðu honum út í rétthyrning eða sporöskjulaga form, um ¼ tommu þykkt.
g) Notaðu hníf eða sætabrauðsskera til að skera útrúllaða deigið í smærri bita eða ræmur, um 2-3 tommur á lengd og 1 tommur á breidd.
h) Settu niðurskornu bitana á tilbúna bökunarplötuna og skildu eftir smá bil á milli þeirra. Stráið sesamfræjum ríkulega ofan á hvern bita.

i) Bakið Paximathia í forhituðum ofni í um 20-25 mínútur, eða þar til þær verða gullinbrúnar og stökkar í kringum brúnirnar.
j) Þegar búið er að baka þá skaltu fjarlægja Paximathia úr ofninum og láta þá kólna á ofnplötunni í nokkrar mínútur. Færðu þá síðan yfir á vírgrind til að kólna alveg.
k) Geymið Paximathia í loftþéttu íláti við stofuhita.
l) Þeir haldast ferskir í nokkrar vikur.

## 43.Batzina

**Hráefni:**
- 4 bollar alhliða hveiti
- 1 tsk virkt þurrger
- 1 tsk salt
- 2 matskeiðar ólífuolía
- 1 matskeið hunang
- 1 ¼ bollar heitt vatn

**LEIÐBEININGAR:**
a) Blandið heitu vatni, hunangi og ger saman í litla skál. Hrærið vel og látið standa í um það bil 5 mínútur þar til gerið er orðið froðukennt.
b) Blandið saman hveiti og salti í stórri blöndunarskál. Búið til holu í miðjunni og hellið ólífuolíunni og gerblöndunni út í.
c) Blandið hráefnunum saman þar til deig fer að myndast. Færið deigið yfir á létt hveitistráð yfirborð og hnoðið í um 8-10 mínútur þar til deigið er orðið slétt og teygjanlegt.
d) Mótaðu deigið í kúlu og settu í smurða skál. Hyljið skálina með hreinu eldhúshandklæði og látið deigið hefast á hlýjum stað í um 1-2 klukkustundir þar til það tvöfaldast að stærð.
e) Forhitaðu ofninn þinn í 400°F (200°C). Klæðið bökunarplötu með bökunarpappír.
f) Þegar deigið hefur lyft sér skaltu kýla það niður til að losa loftbólur. Flyttu deigið yfir á tilbúna bökunarplötu.
g) Notaðu hendurnar til að fletja deigið út í hringlaga form, um það bil ½ tommu þykkt.
h) Notaðu hníf til að skera ofan á deigið í kross- eða tígulmynstri.
i) Dreypið smá ólífuolíu yfir brauðið og dreifið því jafnt yfir.
j) Bakið í forhituðum ofni í um 25-30 mínútur, eða þar til brauðið er orðið gullinbrúnt að ofan.
k) Þegar það er bakað skaltu taka Batzina brauðið úr ofninum og láta það kólna á vírgrind.

## 44. Psomi Tou Kyrion

**Hráefni:**
- 2 bollar heilhveiti
- 1 bolli alhliða hveiti
- ½ bolli rúgmjöl
- 1 ½ tsk virkt þurrger
- 1 ½ tsk salt
- 1 ½ bolli heitt vatn
- 2 matskeiðar ólífuolía
- 1 matskeið hunang (valfrjálst)
- Viðbótarhveiti til að rykhreinsa

**LEIÐBEININGAR:**
a) Blandið heitu vatni og hunangi saman í litla skál (ef það er notað). Hrærið vel til að leysa hunangið upp og stráið síðan gerinu yfir blönduna. Látið standa í um það bil 5 mínútur þar til gerið er orðið froðukennt.
b) Í stórri blöndunarskál skaltu sameina heilhveiti, alhliða hveiti, rúgmjöl og salt. Búið til holu í miðjunni og hellið ólífuolíunni og gerblöndunni út í.
c) Blandið hráefnunum saman þar til deig fer að myndast. Færið deigið yfir á létt hveitistráð yfirborð og hnoðið í um 10-12 mínútur þar til deigið er orðið slétt og teygjanlegt.
d) Mótaðu deigið í kúlu og settu í smurða skál. Hyljið skálina með hreinu eldhúshandklæði og látið deigið hefast á hlýjum stað í um 1-2 klukkustundir þar til það tvöfaldast að stærð.
e) Forhitaðu ofninn þinn í 425°F (220°C). Settu bökunarstein eða bökunarplötu á hvolfi í ofninn til að forhita líka.
f) Þegar deigið hefur lyft sér skaltu kýla það niður til að losa loftbólur. Færið deigið yfir á hveitistráð yfirborð og mótið það í kringlótt eða sporöskjulaga brauð.
g) Settu brauðið á bökunarplötu eða smjörpappír. Dustið toppinn af brauðinu með smá hveiti og skerið það með beittum hníf til að búa til skrautlegar skurðir.
h) Færið brauðið varlega yfir á forhitaðan bökunarsteininn eða bökunarplötuna. Bakið í um 30-35 mínútur eða þar til brauðið verður gullinbrúnt og hljómar holótt þegar slegið er á botninn.
i) Þegar búið er að baka skaltu taka Psomi tou kyrion úr ofninum og láta hann kólna á vírgrind áður en hann er skorinn í sneiðar.

## 45.Xerotigana

**Hráefni:**
**FYRIR DEIGIÐ:**
- 4 bollar alhliða hveiti
- ½ tsk lyftiduft
- ½ tsk salt
- ½ bolli appelsínusafi
- ¼ bolli ólífuolía
- ¼ bolli hvítvín
- 1 matskeið kornsykur
- 1 tsk malaður kanill

**FYRIR SÍRÓPINN:**
- 2 bollar hunang
- 1 bolli vatn
- 1 kanilstöng
- Börkur af 1 appelsínu

**LEIÐBEININGAR:**
a) Hrærið saman hveiti, lyftidufti, salti, sykri og möluðum kanil í stórri blöndunarskál.
b) Blandið saman appelsínusafa, ólífuolíu og hvítvíni í sérstakri skál.
c) Hellið vökvablöndunni smám saman í þurrefnin, hrærið stöðugt þar til mjúkt deig myndast.
d) Færið deigið yfir á létt hveitistráð yfirborð og hnoðið í um 5-7 mínútur þar til það er orðið slétt og teygjanlegt.
e) Skiptið deiginu í litla hluta og hyljið með rökum klút til að koma í veg fyrir að það þorni.
f) Taktu einn skammt af deiginu og flettu því út í þunnt lak, um það bil 1/8 tommu þykkt.
g) Skerið rúllað deigið í ræmur, um það bil 1-2 tommur á breidd og 6-8 tommur að lengd.
h) Taktu hverja ræmu og bindðu hana í lausan hnút og búðu til snúið form. Endurtaktu þetta ferli með afganginum af deiginu.
i) Hitið jurtaolíu til steikingar í djúpum, þungbotna potti í um það bil 350°F (180°C).

j) Slepptu nokkrum bitum af snúnu deiginu varlega í heita olíuna og steiktu þá þar til þeir verða gullinbrúnir á öllum hliðum. Forðastu að yfirfylla pottinn; steikið þær í skömmtum ef þarf.

k) Þegar búið er að steikja, fjarlægið Xerotigana úr olíunni með skeiðskeið og færið þær yfir á pappírsklædda plötu til að tæma umfram olíu.

l) Blandið saman hunangi, vatni, kanilstöng og appelsínubörk í sérstökum potti. Hitið blönduna yfir meðalhita þar til suðu kemur upp. Lækkið hitann og látið malla í um það bil 5 mínútur.

m) Fjarlægðu kanilstöngina og appelsínubörkinn úr sírópinu.

n) Á meðan sírópið er enn heitt skaltu dýfa steiktu Xerotigana ofan í sírópið og hylja þá alveg. Leyfðu þeim að liggja í bleyti í nokkrar mínútur, færðu þau síðan yfir á vírgrind til að kólna og leyfðu umfram sírópinu að leka af.

o) Endurtaktu dýfingarferlið með afganginum af Xerotigana, tryggðu að þau séu fullhúðuð með hunangssírópinu.

# FRANSKT BRAUÐ

## 46.Baguette

## HRÁEFNI:
- 1¾ bollar vatn, við stofuhita, skipt
- 2 tsk instant ger, skipt
- 5 bollar mínus 1½ msk brauðhveiti (eða T55 hveiti), skipt
- 1 matskeið kosher salt

## LEIÐBEININGAR:
### GERÐU PÂTE FERMENTÉE:
a) Í meðalstórri skál, hrærið saman ½ bolla af vatni með klípu af geri. Bætið við 1¼ bolla af hveiti og 1 teskeið af salti. Hrærið þar til lobbað deig kemur saman. Snúðu deiginu á bekkinn þinn og hnoðið þar til það hefur blandast vel saman, 1 til 2 mínútur.

b) Setjið deigið aftur í skálina, hyljið með handklæði og setjið til hliðar í 2 til 4 klukkustundir við stofuhita eða geymið í kæli yfir nótt. Það ætti að tvöfaldast að stærð.

### GERÐU DEIGIÐ:
c) Bætið hinum 1¼ bolla af vatni og gerinu sem eftir er í pate gerjunina, notaðu fingurna til að brjóta deigið upp í vökvann. Bætið við hinum 3⅔ bollunum af hveiti og hinum 2 teskeiðum af salti. Blandið þar til það myndast lobbótt deig, um það bil 1 mínútu.

d) Snúið deiginu út á hreinan bekk og hnoðið í 8 til 10 mínútur þar til það er slétt, teygjanlegt og mjúkt. Ef þú ert að hnoða í höndunum skaltu standast lönguninni til að bæta við meira hveiti; deigið verður náttúrulega minna klístrað eftir því sem þú vinnur það.

e) Teygðu deigið til að athuga hvort glútein þróast rétt. Ef það rifnar of hratt og finnst það gróft skaltu halda áfram að hnoða þar til það er slétt og mjúkt.

f) Ef það er hnoðað í höndunum skaltu setja deigið aftur í skálina. Hyljið með handklæði og setjið til hliðar í 1 klukkustund eða þar til tvöfaldast að stærð.

g) Mótaðu og bakaðu: Létt hveiti bekkinn þinn og notaðu plastbekksköfu til að losa deigið úr skálinni. Notaðu málmbekksköfu til að skipta deiginu í 4 jafna hluta (um 250 grömm hver). Hyljið með handklæði og hvílið í 5 til 10 mínútur.

h) Vinnið með einn hluta í einu, notaðu fingurgómana til að þrýsta deiginu varlega í grófan ferhyrning. Brjóttu efsta fjórðunginn niður í miðjuna, brjóttu síðan neðsta fjórðunginn upp að miðjunni, svo þeir hittist. Þrýstu létt meðfram saumnum til að festast.

i) Brjótið efsta helming deigsins yfir neðri helminginn til að búa til bjálka. Notaðu hælinn á hendinni eða fingurgómana til að loka saumnum. Gakktu úr skugga um að bekkurinn þinn sé létt hveiti. Þú vilt ekki of mikla þrýsting á deigið, en þú vilt ekki heldur að það renni í stað þess að rúlla. Ef deigið rennur burstið umfram hveiti í burtu og bleytið hendurnar létt.

j) Snúðu deiginu varlega þannig að saumurinn sé á botninum og notaðu hendurnar til að rugga endum brauðsins fram og til baka til að búa til fótboltaform. Vinndu síðan hendurnar frá miðju brauðsins út í átt að brúnunum til að lengja það í 12 til 14 tommur. Endurtaktu með þeim hlutum sem eftir eru.

k) Leggðu línhandklæði á bökunarplötu. Dustið það með hveiti og brjótið annan endann saman til að búa til kant. Settu eitt baguette við hliðina á þessu broti. Brjóttu handklæðið meðfram hinni hliðinni til að búa til sérstakt pláss fyrir baguette til að lyfta sér. Leggðu annað baguette við hliðina og búðu til aðra brot. Endurtaktu með baguettes sem eftir eru.

l) Hyljið með handklæði og setjið til hliðar til að hefta í 1 klukkustund.

m) Eftir 30 mínútna sýringu skaltu forhita ofninn í 475°F. Setjið bökunarstein á miðjugrindina. Klæðið flata bökunarplötu með bökunarpappír (snúið bökunarplötunni við og vinnið á bakhliðina ef bökunarsteinn er notaður).

n) Athugaðu baguettes með því að pota í deigið. Það ætti að springa örlítið til baka, skilja eftir sig inndrátt og líða eins og marshmallow.

o) Þegar baguettes eru tilbúnar til að bakast skaltu lyfta þeim varlega og flytja þau yfir á tilbúna bökunarplötuna og setja þau með 2 tommu millibili. Gætið þess að tæma ekki í baguettes á meðan þær eru fluttar.

p) Haltu haltu eða rakvélblaði í 30 gráðu horni, skoraðu fljótt en létt fimm línur á ská yfir efst á baguettes, um ¼ tommu djúpt og 2 tommur á milli. Dýfðu blaðinu í vatn á milli brauðanna til að losa um klístrað deig.

q) Settu bökunarplötuna inn í ofninn eða, ef þú notar bökunarstein, renndu smjörpappírnum af plötunni yfir á bökunarsteininn.

r) Spreyttu brauðin með vatni 4 eða 5 sinnum alls og lokaðu ofnhurðinni. Sprautaðu aftur eftir 3 mínútur af bakstri og aftur eftir 3 mínútur í viðbót, vinnðu hratt í hvert skipti til að missa ekki ofnhitann.

s) Bakið í 24 til 28 mínútur alls, þar til brauðin eru djúpt gullinbrún.

t) Settu brauðin á kæligrindi í 15 til 20 mínútur áður en þau eru skorin.

## 47. Baguette Au Levain

**HRÁEFNI:**
- 1¼ bolli Forréttur, við stofuhita.
- ¼ bolli Vatn
- 2 tsk Ólífuolía
- 2½ bolli Brauðhveiti
- ¾ teskeið Salt
- 1½ matskeið sykur
- 2 tsk ger

**LEIÐBEININGAR:**

a) Taktu forrétt úr ísskápnum kvöldið áður en brauðið er byrjað. Fóðurræsir og láttu hann ná stofuhita þar sem hann er að melta fóðrunina. Setjið hráefni á pönnuna í þeirri röð sem skráð er. Stillið fyrir deigið, ýtið á start.

b) Þegar lotunni er lokið skaltu fjarlægja deigið, kreista út lofttegundir, setja í skál, hylja með röku viskustykki og láta standa í 30 mínútur.

c) Stráið maísmjöli á borðið, mótið deigið í 2 þunna strokka, setjið brauð í baguette pönnu, hyljið með viskustykki og látið hefast í kæli í 12 til 24 klukkustundir.

d) Takið úr ísskápnum, stráið vatni yfir og látið standa þar til það hefur lyft sér að fullu. Stráið vatni aftur yfir og bakið í hefðbundnum ofni við 375 F í 30 mínútur eða þar til brúnt og skorpað. Fyrir virkilega skorpað brauð, úðaðu með vatni á 5 mínútna fresti á meðan þú bakar!

## 48. Pain d'Épi

**HRÁEFNI:**
- 1¾ bollar vatn, við stofuhita, skipt
- 2 tsk instant ger, skipt
- 5 bollar mínus 1½ msk brauðhveiti (eða T55 hveiti), skipt
- 1 matskeið kosher salt

**LEIÐBEININGAR:**
a) Gerðu pate gerjun: Hrærið saman ½ bolla af vatni í meðalstórri skál með klípu af geri. Bætið við 1¼ bolla af hveiti og 1 teskeið af salti. Hrærið þar til lobbað deig kemur saman. Snúðu deiginu á bekkinn þinn og hnoðið þar til það hefur blandast vel saman, 1 til 2 mínútur. Blandan verður klístrað. Setjið deigið aftur í skálina, hyljið með handklæði og setjið til hliðar í 2 til 4 klukkustundir við stofuhita eða geymið í kæli yfir nótt. Það ætti að tvöfaldast að stærð.

b) Búið til deigið: Bætið hinum 1¼ bolla af vatni og gerinu sem eftir er í pate gerjunina, notaðu fingurna til að brjóta deigið upp í vökvann. Bætið hinum 3⅔ bollunum af hveiti og hinum 2 teskeiðum af salti út í og blandið þar til það myndast lobbótt deig, um það bil 1 mínútu.

c) Snúið deiginu út á hreinan bekk og hnoðið í 8 til 10 mínútur (eða flytjið yfir í hrærivél og hnoðið í 6 til 8 mínútur á lágum hraða) þar til það er slétt, teygjanlegt og mjúkt. Ef þú ert að hnoða í höndunum skaltu standast löngunina til að bæta við meira hveiti; deigið verður náttúrulega minna klístrað eftir því sem þú vinnur það.

d) Teygðu deigið til að athuga hvort glútein þróast rétt. Ef það rifnar of hratt og finnst það gróft skaltu halda áfram að hnoða þar til það er slétt og mjúkt.

e) Ef það er hnoðað í höndunum skaltu setja deigið aftur í skálina. Hyljið með handklæði og setjið til hliðar í 1 klukkustund eða þar til tvöfaldast að stærð.

f) Létt hveiti bekkinn þinn og notaðu plastbekksköfu til að losa deigið úr skálinni. Notaðu málmbekksköfu til að skipta deiginu í 4 jafna hluta (um 250 grömm hver). Hyljið með handklæði og hvílið í 5 til 10 mínútur.

g) Vinnið með einn hluta í einu, notaðu fingurgómana til að þrýsta deiginu varlega í grófan ferhyrning. Brjóttu efsta fjórðunginn niður í miðjuna, brjóttu síðan neðsta fjórðunginn upp að miðjunni, svo þeir hittist.

h) Þrýstu létt meðfram saumnum til að festast. Brjótið efsta helming deigsins yfir neðri helminginn til að búa til bjálka. Notaðu hælinn á hendinni eða fingurgómana til að loka saumnum.

i) Snúðu deiginu varlega þannig að saumurinn sé á botninum og notaðu hendurnar til að rugga endum brauðsins fram og til baka til að búa til fótboltaform. Vinndu síðan hendurnar frá miðju brauðsins út í átt að brúnunum til að lengja það í 12 til 14 tommur. Endurtaktu með þeim hlutum sem eftir eru.

j) Klæðið tvær bökunarplötur með bökunarpappír. Flyttu tvö brauð varlega yfir á hverja tilbúna bökunarplötu og fjarlægðu þau með 4 til 5 tommu millibili.

k) Haltu klippunum í 45 gráðu horn, klipptu í eina baguette um það bil 2 tommu frá endanum (skera næstum alla leið í gegnum brauðið, í einni strýtu, þannig að skæraoddarnir eru aðeins um ⅛ tommu frá enda deigsins) . Leggðu stykkið strax en varlega á rétta hliðina. Skerið annan skurð um það bil 2 tommur meðfram brauðinu og leggið deigið til vinstri. Endurtaktu, skiptu um hliðina sem þú ert að færa deigið á, þar til þú hefur skorið allt brauðið.

l) Hyljið með handklæði og setjið til hliðar til að hefta í 1 klukkustund eða þar til marshmallow-y í áferð. Ef þú potar í deigið ætti það að springa örlítið aftur og skilja eftir inndrátt. Eftir 30 mínútna sýringu skaltu forhita ofninn í 475°F.

m) Þegar brauðin eru tilbúin til að bakast skaltu setja bökunarplöturnar í ofninn. Spreyttu brauðin með vatni 4 eða 5 sinnum alls og lokaðu hurðinni. Sprautaðu aftur eftir 3 mínútur af bakstri og aftur eftir 3 mínútur í viðbót, vinnðu hratt til að missa ekki ofnhitann. Bakið í 24 til 28 mínútur alls, snúið bökkunum hálfa leið í bakstur til að brúnast jafnt, þar til brauðin eru djúpgulbrún.

n) Færið brauðin á kæligrindi í 10 til 15 mínútur áður en þær eru bornar fram.

## 49.Pain d'Épi Aux Herbes

## HRÁEFNI:
- 1¼ bollar heitt vatn, skipt
- 0,63 aura pakki Instant súrdeigsger
- 4 bollar brauðhveiti, skipt
- 2¾ teskeiðar kosher salt
- 1 tsk hvítlauksduft
- 1 tsk saxað ferskt rósmarín
- 1 tsk söxuð fersk salvía
- 1 tsk saxað ferskt timjan
- ½ tsk malaður svartur pipar
- 1½ bollar sjóðandi vatn
- Herbed ólífuolía, til að bera fram

## LEIÐBEININGAR:
a) Þeytið saman ¾ bolla (180 grömm) heitt vatn og instant súrdeigsger í höndunum þar til það er uppleyst í skálinni á hrærivélarvélinni sem er með spaðfestingunni. Bætið 1⅓ bollum (169 grömm) hveiti út í og þeytið á lágum hraða þar til blandast saman, um 30 sekúndur. Lokið og látið lyfta sér á heitum, draglausum stað þar til tvöfaldast að stærð, 30 til 45 mínútur.

b) Bætið salti, hvítlauksdufti, rósmaríni, salvíu, timjani, svörtum pipar, 2⅔ bollum (339 grömm) af hveiti og eftir ½ bolli (120 grömm) af volgu vatni í gerblönduna og þeytið á lágum hraða þar til deigið kemur saman, um það bil 30 sekúndur. Skiptu yfir í deigkrókfestinguna. Þeytið á lágum hraða í 2 mínútur.

c) Olía létt í stóra skál. Setjið deigið í skál, snúið við að smyrja toppinn. Lokið og látið standa á heitum, draglausum stað þar til slétt og teygjanlegt, um ½ klukkustund, snúið á 30 mínútna fresti.

d) Hvolfið deiginu á mjög létt hveitistráðan flöt og skiptið í tvennt. klappaðu varlega einum helmingnum í 9x4 tommu rétthyrning; brjótið eina stutthlið yfir miðju þriðju, klípið til að innsigla. Brjótið afganginn þriðjung yfir brotinn hluta, klípið til að innsigla. Snúið deiginu við svo það sé með saumhliðinni niður. Lokið og látið standa í 20 mínútur. Endurtaktu með helmingnum sem eftir er af deiginu.

e) Klæðið bökunarplötu með bökunarpappír, látið umframmagn ná aðeins yfir hliðar formsins. Dustið vel með hveiti.

f) Klappaðu varlega hvert baguette í 8x6 tommu rétthyrning, eina langhliðina næst þér. Brjótið efsta þriðjung deigsins saman að miðju, þrýstu til að loka. Brjótið neðsta þriðjunginn yfir brotinn hluta, þrýstið á til að innsigla. Brjótið deigið í tvennt eftir endilöngu svo langar brúnir mætast. Notaðu hælinn á hendinni og þrýstu þétt á brúnirnar til að innsigla. Rúllaðu í 15 til 16 tommu stokk af jafnþykkt, mjókkandi endar örlítið.

g) Settu 1 stokk á tilbúna pönnu, með saumahliðinni niður, nestaðu honum á móti annarri langhliðinni á pönnunni. Dragðu upp og brjóttu saman pergament til að búa til vegg á gagnstæða hlið bjálkans. Leggðu afganginn af bjálka hinum megin við pergamentvegginn, með saumhliðinni niður. Endurtaktu toga og brjóta saman ferlið með pergamenti til að mynda vegg á gagnstæða hlið seinni stokksins og vegið niður með eldhúshandklæði til að koma í veg fyrir að pergament renni. Lokið og látið lyfta sér á heitum, draglausum stað þar til það er örlítið blásið, 45 til 50 mínútur.

h) Setjið stóra steypujárnspönnu á neðri grind ofnsins og bökunarplötu á miðri grind. Forhitið ofninn í 475°F.

i) Flyttu deigstokka varlega á blað af smjörpappír; stráið toppana vandlega með hveiti. Notaðu eldhússkæri til að skera fljótt og hreint 45 gráður um það bil 1½ tommu frá enda 1 stokks, klipptu um þrjá fjórðu hluta leiðarinnar í gegnum.

j) Snúðu deighlutanum varlega til hliðar. Gerðu annan skera 1½ tommu frá þeim fyrsta og snúðu deighlutanum varlega á hina hliðina. Endurtaktu þar til þú nærð enda á stokkinn og búðu til hveitistöngulform. Endurtaktu málsmeðferðina með loganum sem eftir er.

k) Fjarlægðu forhitaða pönnu úr ofninum. Settu smjörpappír með deigi varlega á pönnu og settu aftur í ofninn. Hellið varlega 1½ bolla af sjóðandi vatni í forhitaða pönnu. Lokaðu ofnhurðinni samstundis.

l) Bakið þar til hann er gullinbrúnn og skyndilesandi hitamælir settur í miðjuna mælir 205°F (96°C), um það bil 15 mínútur. Látið kólna á pönnu á grind.

m) Berið fram með kryddjurtaolíu.

## 50.Fouée

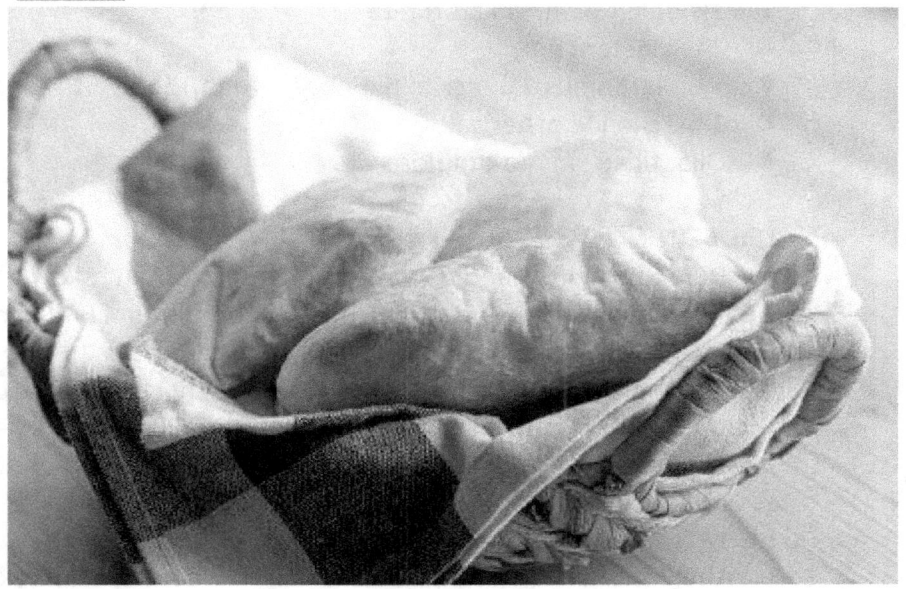

## HRÁEFNI:
- 1½ bollar vatn, við stofuhita
- 2 tsk instant ger
- 5 bollar mínus 1½ msk alhliða hveiti (eða T55 hveiti)
- 1 matskeið kosher salt
- Olía, til að smyrja ofnplötu

## LEIÐBEININGAR:
a) Búið til deigið: Blandið vatninu og gerinu saman í skál og hrærið síðan hveiti og salti saman við. Hnoðið í höndunum í 6 til 8 mínútur (eða 4 til 6 mínútur í hrærivél á lágum hraða) þar til það er vel blandað og slétt. Ef unnið er í hrærivél gæti þurft að klára deigið í höndunum þar sem það er svolítið þungt. Hyljið með handklæði eða plastfilmu og setjið til hliðar í 1 klukkustund eða þar til tvöfaldast að stærð. Þetta mun vera mismunandi eftir hitastigi eldhússins þíns.
b) Mótaðu og bakaðu: Létt hveiti bekkinn þinn og notaðu plastbekksköfu til að losa deigið úr skálinni. Notaðu málmbekksköfu til að skammta í 8 jafna bita, um 115 grömm hver.
c) Notaðu fingurgómana til að draga brúnir eins deigs inn á við og vinna í kringum deigið réttsælis þar til allar brúnir eru brotnar inn í miðjuna.
d) Klípið létt til að festast. Þú ættir að sjá deigbrotin hittast í miðjunni og búa til saum. (Gættu þess að hnoða ekki deigið eða tæma það of hart.)
e) Snúið hverri umferð við. Settu báðar hendur um botninn og notaðu handfangið á borðinu, dragðu hringinn til þín, snúðu þér á meðan þú ferð, til að herða sauminn. Endurtaktu með þeim umferðum sem eftir eru. Hyljið með handklæði og hvílið í 5 til 10 mínútur.
f) Færið 4 umferðir á lítinn disk, setjið handklæði eða plastfilmu yfir og setjið í ísskáp. Hyljið þær umferðir sem eftir eru og hvílið í 5 til 10 mínútur.

g) Forhitið ofninn í 475°F. Setjið bökunarstein eða olíuberaða þunga bökunarplötu á miðgrind ofnsins.

h) Dustaðu bekkinn þinn með hveiti og rúllaðu 4 ókældu deighringjunum í ¼ tommu þykka hringi. Vertu nákvæm með þykktina: Of þykkt deig mun ekki blása og það sem er of þunnt verður að kex. Ef deigið er að minnka aftur á meðan þú ert að rúlla skaltu hylja það, hvíla í 10 mínútur til viðbótar og reyna svo aftur.
i) Prófið, afhjúpað, í 15 til 20 mínútur eða þar til það er létt uppblásið. Í millitíðinni skaltu rúlla út 4 kælihringjunum.
j) Settu fyrstu 4 stykkin fljótt og varlega á bökunarsteininn eða bökunarplötuna með að minnsta kosti 2 tommu millibili. Bakið í 8 til 10 mínútur, þar til það er blásið og létt gullinbrúnt í blettum.
k) Taktu úr ofninum, settu á kæligrind og bakaðu bitana sem eftir eru þegar þeir eru létt uppblásnir og hafa hvílt í 15 til 20 mínútur.
l) Kældu í 5 til 10 mínútur áður en þú skiptir og fyllir.

## 51. Fougasse

**HRÁEFNI:**
- 1¾ bollar vatn, við stofuhita, skipt
- 2 tsk instant ger, skipt
- 5 bollar mínus 1½ msk brauðhveiti (eða T55 hveiti), skipt
- 2 matskeiðar ólífuolía, auk meira til að drekka
- 1 matskeið kosher salt, auk meira til að stökkva á

**LEIÐBEININGAR:**
a) Gerðu pate gerjun: Í skál, hrærið saman ½ bolla af vatni með klípu af geri. Bætið við 1¼ bolla af hveiti og 1 teskeið af salti. Hrærið þar til lobbað deig kemur saman. Snúðu deiginu á bekkinn þinn og hnoðið þar til það hefur blandast vel saman, 1 til 2 mínútur. Blandan verður klístrað. Setjið deigið aftur í skálina, hyljið með handklæði og setjið til hliðar í 2 til 4 klukkustundir við stofuhita eða geymið í kæli yfir nótt. Það ætti að tvöfaldast að stærð.

b) Búið til deigið: Bætið hinum 1¼ bolla af vatni og gerinu sem eftir er í pate gerjunina, notaðu fingurna til að brjóta deigið upp í vökvann. Bætið hinum 3⅔ bollunum af hveiti, olíunni og hinum 2 tsk af salti út í og blandið þar til það myndast lobbótt deig, um það bil 1 mínútu.

c) Snúið deiginu út á hreinan bekk og hnoðið í 8 til 10 mínútur þar til það er slétt, teygjanlegt og mjúkt. Ef þú ert að hnoða í höndunum skaltu standast löngunina til að bæta við meira hveiti; deigið verður náttúrulega minna klístrað eftir því sem þú vinnur það.

d) Teygðu deigið til að athuga hvort glútein þróast rétt. Ef það rifnar of hratt og finnst það gróft skaltu halda áfram að hnoða þar til það er slétt og mjúkt.

e) Ef það er hnoðað í höndunum skaltu setja deigið aftur í skálina. Hyljið með handklæði og setjið til hliðar í 1 klukkustund eða þar til tvöfaldast að stærð.

f) Mótaðu og bakaðu: Létt hveiti bekkinn þinn og notaðu plastbekkskófu til að losa deigið úr skálinni. Notaðu málmbekkskófu til að skipta deiginu í 4 jafna hluta (um 250 grömm hver). Hyljið með handklæði og hvílið í 5 til 10 mínútur. Klæðið tvær bökunarplötur með bökunarpappír.

g) Dustið hveiti yfir kúlurnar og fletjið þær út í grófan sporöskjulaga, rúmlega ¼ tommu þykkt, með því að nota fyrst fingurgómana og síðan kökukefli, ef þess er óskað.

h) Notaðu skurðarhníf sem er í 45 gráðu horni til að skera skrautlínur í deigið. Gakktu úr skugga um að þú skerir alla leið í gegnum deigið og fjarlægðu skurðina að minnsta kosti ½ tommu á milli.

i) Flyttu tvö brauð varlega yfir á hverja tilbúna bökunarplötu og fjarlægðu þau með nokkurra tommum millibili. Teygðu þær varlega til að tryggja að skurðirnir haldist opnir á meðan bakað er.

j) Hyljið brauðin með handklæði og setjið til hliðar til að hefta í 30 til 45 mínútur eða þar til marshmallow-y í áferð. Ef þú potar í deigið ætti það að springa örlítið aftur og skilja eftir inndrátt. Eftir 15 mínútur af sýringu skaltu forhita ofninn í 475°F.

k) Þegar brauðin eru tilbúin til að bakast skaltu setja bökunarplöturnar í ofninn. Spreyttu brauðin með vatni 4 eða 5 sinnum og lokaðu hurðinni.

l) Sprautaðu aftur eftir 3 mínútur af bakstri og aftur eftir 3 mínútur í viðbót, vinnðu hratt til að missa ekki ofnhitann. Bakið í 18 til 20 mínútur alls, þar til brauðin eru djúpt gullinbrún, snúið stöðu bökkanna hálfa leið í bakstur til að brúnast jafnt.

m) Takið bakkana úr ofninum og látið kólna aðeins.

n) Dreypið ólífuolíu yfir og stráið salti yfir áður en borið er fram.

## 52. Fougasse à l'Ail

## HRÁEFNI:

- 2 bollar Brauðhveiti
- 1 stór matskeið ger
- 1½ bolli Heitt vatn
- Sjávarsalt til að skreyta
- 1½ kg hveiti
- 1½ matskeið Salt
- 100 ml ólífuolía
- 1 matskeið ger
- 1 msk Hakkaður ferskur hvítlaukur
- 1 bolli heitt vatn; (u.þ.b.)

## LEIÐBEININGAR:

a) Til að búa til forrétt skaltu blanda hveiti, geri og vatni saman þar til blandan líkist hálfþykkri deigi. Látið vera þakið í óviðbragðslausri skál í allt að 3 daga til að fá yndislegt þroskað bragð.

b) Blandið forréttinum, hveiti, salti, geri, hvítlauk og helmingi olíunnar saman við um það bil 1 bolla af volgu vatni til að gera mjúkt deig.

c) Hnoðið á hveitistráðu yfirborði þar til deigið er silkimjúkt, bætið hveiti við eftir þörfum þar til deigið er ekki lengur klístrað.

d) Leyfið deiginu að hefast í olíuskálinni þar til það hefur tvöfaldast, um 2 klst.

e) Skiptið deiginu í 6 eða 8 hluta og klappið í sporöskjulaga form um 2 cm. þykkt. Skerið skáskorna skurði í deigið með beittum hníf og teygið síðan varlega til að opna götin. Penslið með bragðbættri olíu að eigin vali og stráið sjávarsalti yfir.

f) Látið hefast í 20 mínútur og bakið síðan við 225c. í 15-20 mínútur, sprautað með vatni tvisvar á meðan á bakstri stendur.

g) Takið úr ofninum og penslið einu sinni enn með ólífuolíu.

## 53. Fougasse Au Romarin

**HRÁEFNI:**
- ½ Hópur skorpubrauð
- 3 matskeiðar Ferskt rósmarín, saxað

**LEIÐBEININGAR:**
a) Blandið deiginu saman.
b) Eftir að deigið hefur lyft sér í 1½ til 2 klukkustundir má móta það í fougas. Setjið deigið á létt hveitistráð yfirborð og klappið því í langan, mjóan ferhyrning. Stráið lagi af söxuðu rósmaríni yfir yfirborð deigsins og passið að hylja brúnirnar líka.
c) Brjótið deigið í þriðju eins og viðskiptabréf, efsta þriðjunginn yfir miðju deigsins, svo neðsta þriðjungurinn yfir það, skarast alveg. Ýttu 3 opnum hliðum fougassans þétt saman.
d) Hyljið brauðið vel með plastfilmu og látið hefast þar til það hefur tvöfaldast í magni, um það bil 1 til 2 klukkustundir.
e) Þrjátíu mínútum fyrir bakstur skaltu forhita ofninn í 475 gráður F. Settu bökunarstein í ofninn til að forhita og settu ofngrind rétt fyrir neðan steininn.
f) Stráið hýði eða bökunarplötu á hvolfi ríkulega yfir maísmjöli og setjið fougasse ofan á og teygið aðeins úr því til að verða ferningur.
g) Skerið skrautmunstur eins og laufblað eða stiga í deigið með deigskera. Dreifið og teygið brauðið þar til skurðirnir mynda stór op.
h) Gakktu úr skugga um að fougassinn sé losaður af hýði og renndu því varlega á bökunarsteininn. Notaðu plöntuúða, þeyttu brauðið hratt með vatni 8 til 10 sinnum, lokaðu síðan ofnhurðinni fljótt. Þoka aftur eftir 1 mínútu. Þoka svo aftur 1 mínútu síðar.
i) Bakið í um það bil 10 mínútur, lækkið síðan hitann í 450 gráður og bakið í 15 mínútur lengur eða þar til brauðið hljómar örlítið holótt þegar slegið er á botninn og skorpan er meðal- til dökkbrún.
j) Settu brauðið yfir á grind til að kólna í að minnsta kosti 30 mínútur áður en það er borið fram.

## 54. Pain De Campagne

**HRÁEFNI:**
- ¼ bolli súrdeigsforréttur eða pate gerjun (hér)
- 1¼ bollar vatn, við stofuhita
- 2¾ bollar auk 1 msk brauðhveiti (eða T55 hveiti)
- ⅔ bolli rúgmjöl (eða T170 hveiti)
- 1 matskeið kosher salt

**LEIÐBEININGAR:**
a) Búið til deigið: Hrærið saman súrdeigsstartinum, vatni, brauðhveiti og rúgmjöli í meðalstórri skál. Bætið salti saman við og hrærið þar til rjúft deig kemur saman.
b) Snúðu deiginu á hreinan bekk og hnoðaðu í 8 til 10 mínútur þar til það er slétt, teygjanlegt og mjúkt. Ef þú ert að hnoða í höndunum skaltu standast löngunina til að bæta við meira hveiti; deigið verður náttúrulega minna klístrað eftir því sem þú vinnur það.
c) Teygðu deigið til að athuga hvort glútein þróast rétt. Ef það rifnar of fljótt og finnst það gróft í áferð, haltu áfram að hnoða þar til slétt og mjúk áferð.
d) Ef það er hnoðað í höndunum skaltu setja deigið aftur í skálina. Hyljið með handklæði og setjið til hliðar í 1 til 3 klukkustundir eða þar til tvöfaldast að stærð.
e) Hveiti banneton eða skál klædd með handklæði. Létt hveiti bekkinn þinn og notaðu plastbekksköfu til að losa deigið úr skálinni.
f) Notaðu fingurgómana og dragðu brúnir deigsins inn á við og vinnðu í kringum deigið réttsælis þar til allir brúnir eru brotnir inn í miðjuna. Klípið létt til að festast. Þú ættir að sjá deigbrotin hittast í miðjunni og búa til saum. Snúið deiginu við.
g) Hveitið slétta toppinn á deiginu og setjið hringlaga hliðina upp í tilbúnu körfuna. Fyrir brauð með hringmynstri skaltu fjarlægja fóðrið úr straukörfunni og hveiti áður en deigið er sett í.
h) Hyljið með handklæði og látið standa til hliðar í 1 til 1½ klukkustund þar til létt í áferð og tvöfaldast að rúmmáli. Ef þú potar í deigið ætti það að springa örlítið aftur og skilja eftir inndrátt.
i) Eftir 30 mínútna sörun, forhitið ofninn í 475°F með bökunarsteini, bökunarplötu eða hollenskum ofni (með loki) inni í til að hitna þegar ofninn hitnar.

j) Þegar brauðið er tilbúið til að bakast skaltu snúa því varlega á 10 til 12 tommu ferning af smjörpappír. Haltu haltu í 90 gráður og notaðu snöggar, léttar hreyfingar, skoraðu stórt X í miðju brauðsins, ¼ tommu djúpt.

k) Ef þú notar bökunarplötu, snúðu brauðinu yfir á bökunarplötu klædda bökunarpappír og settu inn í forhitaðan ofn. Ef þú notar bökunarstein skaltu renna bökunarpappírnum með brauðinu á bakhlið bökunarplötu, síðan af bökunarplötunni yfir á hitna bökunarsteininn í ofninum.

l) Lækkið ofnhitann í 450°F, stráið brauðinu með vatni 4 eða 5 sinnum og lokaðu hurðinni. Sprautaðu aftur eftir 3 mínútur af bakstri, svo aftur eftir 3 mínútur í viðbót, vinnðu hratt í hvert skipti til að missa ekki ofnhitann.

m) Bakið í 25 til 30 mínútur alls, þar til skorpan er orðin djúpgulbrún og hitamælir sem er stungið inn í miðju brauðsins mælist um 205°F. Notaðu bökunarpappírinn til að renna brauðinu úr ofninum og yfir á kæligrind.

n) Ef þú notar hollenskan ofn eða cocotte: Taktu pottinn úr ofninum, afhjúpaðu hann og lækkaðu brauðið með bökunarpappír.

o) Lokið og bakið í 20 mínútur, takið síðan lokið af og bakið í 10 til 15 mínútur til viðbótar þar til brauðið er djúpt gullbrúnt. Notaðu brúnirnar á smjörpappírnum eins og slöngu til að lyfta brauðinu upp úr pottinum og yfir á kæligrind. (Það er óþarfi að spritta brauði sem búin eru til í hollenskum ofni eða cocotte, þar sem lokaði potturinn leyfir brauðinu að gufa sjálft.)

p) Látið brauðið standa í 15 til 20 mínútur áður en það er skorið í sneiðar.

## 55. Boule De Pain

## HRÁEFNI:
- 1½ bollar vatn, við stofuhita, skipt
- 2 tsk instant ger, skipt
- 3¾ bollar brauðhveiti (eða T55 hveiti), skipt
- ¼ bolli heilhveiti (eða T150 hveiti)
- 1 matskeið kosher salt

## LEIÐBEININGAR:
### GERÐU PÓLSKA:
a) Í skál, hrærið saman ¾ bolli auk 2 matskeiðar af vatni með klípu af geri. Bætið við 1¾ bolla af brauðhveiti. Hrærið þar til slétt deig myndast. Hyljið með handklæði og setjið til hliðar í 2 til 4 klukkustundir við stofuhita eða geymið í kæli yfir nótt. Það ætti að tvöfaldast að stærð.

### GERÐU DEIGIÐ:
b) Bætið ⅔ bollanum sem eftir er af vatni og gerinu sem eftir er í poolish, notaðu fingurna til að brjóta deigið upp í vökvann. Bætið hinum 2 bollum af brauðhveiti, heilhveiti og salti saman við og blandið þar til það myndast lobbótt deig, um það bil 1 mínútu. Snúið deiginu út á hreinan bekk og hnoðið í 8 til 10 mínútur þar til deigið er slétt, teygjanlegt og mjúkt. Ef þú ert að hnoða í höndunum skaltu standast lögunina til að bæta við meira hveiti; deigið verður náttúrulega minna klístrað eftir því sem þú vinnur það.

c) Teygðu deigið til að athuga hvort glútein þróast rétt. Ef það rifnar of hratt og finnst það gróft skaltu halda áfram að hnoða þar til það er slétt og mjúkt.

d) Ef það er hnoðað í höndunum skaltu setja deigið aftur í skálina. Hyljið með handklæði og setjið til hliðar í 1 klukkustund eða þar til tvöfaldast að stærð.

e) Mótaðu og bakaðu: Hveiti í banneton mótunarkörfu eða skál sem er klædd handklæði. Létt hveiti bekkinn þinn og notaðu plastbekksköfu til að losa deigið úr skálinni.

f) Notaðu fingurgómana og dragðu brúnir deigsins inn á við og vinnðu í kringum deigið réttsælis þar til allir brúnir eru brotnir inn í miðjuna. Klípið létt til að festast. Þú ættir að sjá deigbrotin hittast í miðjunni og búa til saum.

g) Snúið deiginu við. Settu báðar hendur um botninn og notaðu handfangið á borðinu, dragðu hringinn til þín, snúðu þér á meðan þú ferð, til að herða sauminn. Hveitið slétta toppinn og setjið hringlaga, saumhliðina upp, í tilbúnu körfuna eða skálina.

h) Hyljið með handklæði og setjið til hliðar til að hefta í 1 til 1½ klukkustund, þar til ljós áferð og tvöfaldast að rúmmáli. Ef þú potar í deigið ætti það að springa örlítið aftur og skilja eftir inndrátt. Eftir 30 mínútna sönnun,

i) Forhitið ofninn í 475°F með bökunarsteini, bökunarplötu eða hollenskum ofni inni til að hita upp þegar ofninn hitnar.

j) Þegar brauðið er tilbúið til að bakast skaltu snúa því varlega á 10 til 12 tommu ferning af smjörpappír. Notaðu halta eða rakvél til að skora skrautlega, með snöggum, léttum hreyfingum.

k) Renndu þéttu brauðinu á bökunarpappír á bökunarplötu og settu í forhitaðan ofn. Ef þú notar bökunarstein skaltu renna bökunarpappírnum með brauðinu á bakhlið bökunarplötu, síðan af bökunarplötunni yfir á hitna bökunarsteininn í ofninum. (Ef þú notar hollenskan ofn skaltu fara í skref 12.)

l) Lækkið ofnhitann í 450°F, stráið brauðinu með vatni 4 eða 5 sinnum og lokaðu hurðinni. Sprautaðu aftur eftir 3 mínútur af bakstri og aftur eftir 3 mínútur í viðbót, vinnðu hratt í hvert skipti til að missa ekki ofnhitann. Bakið í 25 til 30 mínútur alls þar til skorpan er orðin djúpgulbrún og hitamælir sem stungið er inn í miðju brauðsins mælist um það bil 200°F. (Mér finnst gott að athuga hitastigið með því að stinga tönninni í hliðina á brauðinu, frekar en toppinn, svo gatið sé næði.) Renndu brauðinu á kæligrind.

m) Ef þú ert að nota hollenskan ofn skaltu taka pottinn úr ofninum, afhjúpa hann og lækka brauðið inni með bökunarpappír. Lokið og bakið í 20 mínútur, takið síðan lokið af og bakið í 10 til 15 mínútur til viðbótar þar til brauðið er orðið djúpt gullbrúnt og hitinn mælist um 200°F. Notaðu brúnirnar á smjörpappírnum eins og slöngu til að lyfta brauðinu upp úr pottinum og yfir á kæligrind.

n) Látið brauðið kólna í 15 til 20 mínútur áður en það er skorið í sneiðar.

## 56. La Petite Boule De Pain

## HRÁEFNI:

- 7 bollar Brauðmjöl
- ¾ bolli hart rautt hveiti
- ¾ bolli speltmjöl
- 2¾ bolli vatn
- 1 ¾ matskeið Salt
- 1 ½ tsk ger
- 2 ½ tsk sykur
- ⅓ bolli hörfræ, sesam eða graskersfræ

## LEIÐBEININGAR:

a) Fyrst þarftu að setja gerið þitt í gang, til þess að gera það notarðu háan mæliglas þar sem þú setur sykurinn þinn og þurrkaða gerið þitt, lélegt í 65 ºC og blandar með skeið þar til allt er uppleyst, lætur það síðan standa í 10 mínútur þar til þetta lítur svona út.

b) Þyngdu hveiti og salt og leggðu það á borðplötuna þína, passaðu að hafa nokkurn veginn sama magn alls staðar þar sem þú ætlar að svelta vökvann inni og þú vilt ekki opna neins staðar annars ertu í vandræðum.

c) Blandið fingrunum saman við með því að fara í hring og blandið hægt og rólega hveitinu saman við hliðina þar til þú hefur gott deig.

d) Þegar þú ert kominn með gott deig viltu vinna úr því í 5 mínútur með hendinni og reyna að þróa glúteinið að innan. Í lok þess skaltu bæta við korni að eigin vali

e) Þegar þú hefur gert það skaltu þétta deigið í skál sem er þakið blautu handklæði í 2 til 3 klukkustundir í ofninum þínum.

f) Ekki vera með straujárn, þá er það mjög einfalt, notaðu gas- eða rafmagnsofninn þinn, settu upp skál með volgu vatni í botninn og kveiktu á ofninum þínum á hvaða hita sem er í um það bil 3 mínútur og slökktu á honum.

g) Þegar það er búið að þeyta það skaltu setja það á borðplötuna með mjög litlu magni af hveiti og ekki hnoða það, bara fletja það út og brjóta deigið saman, það ætti að vera nokkuð teygjanlegt svo taktu annan endann, norðurenda deigsins og færðu í átt að suður, gerðu það sama fyrir öll beygjurnar nokkrum sinnum, snúðu því svo við og hringdu upp „boule".

h) Brotið er það sem á eftir að gefa brauðinu kraft til að lyfta sér. Þegar þú hefur snúið því við, láttu það þjappa einu sinni enn við stofuhita á borðplötunni í um það bil klukkustund með blautu handklæði.

i) Rétt fyrir klukkustundarmarkið skaltu hita ofninn þinn í 225 ºC og setja í steypujárnspönnu þína eða þungan ofnheldan pott með þéttlokuðu loki án lokanna, þú þarft lok þegar brauðið er komið í.

j) Skerið toppinn tvisvar með rakvélarblaði eða beittum hníf og hveiti toppinn (það gefur honum fallega áferð að ofan), grípið síðan með hendinni í deigið og setjið það í þungan ofnfastan pott með lokið á í u.þ.b. 20 mínútur.

k) Eftir þessar fyrstu 20 mínútur skaltu lækka hitastigið niður í 200 ºC og baka það aftur í 20 mínútur í viðbót án loks.

l) Eftir þessar 40 mínútur skaltu taka það út úr ofninum og taka það úr pottinum og kæla það niður á grind og þar hefurðu það.

m) Til þess að halda brauðinu þínu aðeins lengur hefurðu nokkra möguleika, eftir einn dag geturðu sneið það og fryst, í rennilás eða þú getur geymt það heilt eins og það er en þú verður að pakka því inn í handklæði í hvert skipti sem þú ert búinn að nota það. Þetta mun endast í 3 daga svona.

n) Ef þú vilt brauð sem eru aðeins minna þétt skaltu tvöfalda gerið og láta deigið hvíla lengur. Í fjölskyldunni okkar finnst okkur þétt brauð gott :-)

## 57. Verkur lokið

**HRÁEFNI:**
- ¾ bolli af vatni, við stofuhita, skipt
- 2 matskeiðar hunang
- 1½ tsk instant ger, skipt
- 2¼ bollar heilhveiti (eða T150 hveiti), skipt
- 1½ tsk kosher salt

**LEIÐBEININGAR:**
a) Gerðu poolish: Hrærið saman ½ bolla af vatni, hunanginu og klípu af geri í meðalstórri skál og síðan 1 bolla af hveiti. Hrærið þar til þykkt deig myndast. Hyljið með handklæði og setjið til hliðar í 2 til 4 klukkustundir við stofuhita eða geymið í kæli yfir nótt. Það ætti að tvöfaldast að stærð.
b) Búið til deigið: Bætið ¼ bolla af vatni sem eftir er af vatni og gerinu sem eftir er saman við tilvalið, notaðu fingurna til að brjóta deigið upp í vökvann. Bætið hinum 1¼ bolla af hveiti og salti út í og blandið þar til það myndast lobbótt deig, um það bil 1 mínútu. Snúið deiginu út á hreinan bekk og hnoðið í 8 til 10 mínútur (eða flytjið yfir í hrærivél og hnoðið í 6 til 8 mínútur á lágum hraða) þar til það er slétt, teygjanlegt og mjúkt. Ef þú ert að hnoða í höndunum skaltu standast löngunina til að bæta við meira hveiti; deigið verður náttúrulega minna klístrað eftir því sem þú vinnur það. Ef það er hnoðað í höndunum skaltu setja deigið aftur í skálina. Hyljið með handklæði og setjið til hliðar í 1 klukkustund eða þar til tvöfaldast að stærð.
c) Mótaðu og bakaðu: Létt hveiti bekkinn þinn og notaðu plastbekksköfu til að losa deigið úr skálinni.
d) Notaðu fingurgómana og dragðu brúnir deigsins inn á við og vinnðu í kringum deigið réttsælis þar til allir brúnir eru brotnir inn í miðjuna. Klípið létt til að festast.
e) Þú ættir að sjá deigbrotin hittast í miðjunni og búa til saum.
f) Snúið deiginu við. Settu báðar hendur um botninn og notaðu handfangið á borðinu og dragðu hringinn til þín, snúðu þér á meðan þú ferð, til að herða sauminn. Hyljið með handklæði og hvílið í 5 til 10 mínútur.

g) Notaðu fingurgómana til að þrýsta hringnum varlega í grófa sporöskjulaga. Brjóttu efsta þriðjung deigsins að þér og þrýstu létt meðfram saumnum til að festast. Veltið deiginu yfir sig aftur í átt að þér, til að búa til bjálka, notaðu hælinn á hendinni eða fingurgómana til að loka saumnum. Gakktu úr skugga um að bekkurinn þinn sé létt hveiti. Þú vilt ekki of mikinn þrýsting á deigið, en þú vilt heldur ekki að deigið renni í stað þess að rúlla. Ef deigið rennur burstið umfram hveiti í burtu og bleytið hendurnar létt.

h) Snúðu deiginu varlega þannig að saumurinn sé á botninum og notaðu hendurnar til að rugga endum brauðsins fram og til baka til að búa til fótboltaform.

i) Vinndu síðan hendurnar frá miðju brauðsins út í átt að brúnunum til að lengja það aðeins í um það bil 8 tommur að lengd. Færið yfir á bökunarplötu klædda bökunarpappír.

j) Hyljið deigið með handklæði og setjið til hliðar í um það bil 1 klukkustund þar til það hefur marshmallow-y áferð. Ef þú potar í deigið ætti það að springa örlítið aftur og skilja eftir inndrátt. Eftir 30 mínútna sýringu skaltu forhita ofninn í 450°F.

k) Þegar brauðið er tilbúið til að bakast, haltu þá hvolfinu í 30 gráðu horni og skreytið skrautlega með því að nota snöggar, léttar hreyfingar til að búa til samhliða skálínur niður endilanga brauðið.

l) Settu bökunarplötuna inn í ofninn, stráðu brauðinu með vatni 4 eða 5 sinnum og lokaðu hurðinni. Sprautaðu aftur eftir 3 mínútur af bakstri og aftur eftir 3 mínútur í viðbót, vinnðu hratt til að missa ekki ofnhitann. Bakið í 20 til 25 mínútur alls, þar til brauðið er orðið djúpt gullbrúnt og innra hitastigið mælist um 200°F.

m) Færið brauðið yfir á kæligrindi í 15 til 20 mínútur áður en það er skorið í sneiðar.

## 58. Pain Aux Noix

**HRÁEFNI:**
- 1½ bollar vatn, við stofuhita
- 3 matskeiðar hunang
- 2 tsk instant ger
- 2⅔ bollar heilhveiti (eða T150 hveiti)
- 1½ bolli brauðhveiti (eða T55 hveiti)
- 1 matskeið kosher salt
- 1½ bollar gróft saxaðar valhnetur

**LEIÐBEININGAR:**
a) Búið til deigið: Hrærið saman vatni, hunangi og ger í meðalstórri skál. Bætið heilhveitinu og brauðhveiti og salti saman við. Hrærið þar til lobbað deig kemur saman. Snúið deiginu á hreinan bekk og hnoðið í 8 til 10 mínútur (eða flytjið yfir í hrærivél og hnoðið í 6 til 8 mínútur á lágum hraða) þar til það er slétt, teygjanlegt og mjúkt. Teygðu deigið til að athuga hvort glútein þróast rétt. Ef það rifnar of hratt og finnst það gróft skaltu halda áfram að hnoða þar til það er slétt og mjúkt. Hnoðið valhnetunum saman við.
b) Ef það er hnoðað í höndunum skaltu setja deigið aftur í skálina. Hyljið með handklæði og setjið til hliðar í 1 klukkustund eða þar til tvöfaldast að stærð. (Þessi tímasetning er breytileg, fer eftir hitastigi eldhússins.)
c) Létt hveiti bekkinn þinn og notaðu plastbekksköfu til að losa deigið úr skálinni. Skiptu deiginu í tvennt, notaðu vog til að tryggja jafna þyngd, ef þú átt slíka.
d) Notaðu fingurgómana til að draga brúnir eins deigs inn á við og vinna í kringum deigið réttsælis þar til allar brúnir eru brotnar inn í miðjuna. Klípið létt til að festast. Þú ættir að sjá deigbrotin hittast í miðjunni og búa til saum. (Gætið þess að hnoða deigið ekki eða tæma það of hart.) Snúið hringnum við. Settu báðar hendur um botninn og notaðu handfangið á borðinu og dragðu hringinn til þín, snúðu þér á meðan þú ferð, til að herða sauminn. Endurtaktu með umferðina sem eftir er. Hyljið með handklæði og hvílið í 5 til 10 mínútur.
e) Unnið er með einni umferð í einu, þrýstið henni varlega á grófa sporöskjulaga. Brjóttu efsta þriðjung deigsins að þér og þrýstu létt

meðfram saumnum til að festast. Veltið deiginu yfir sig aftur í átt að þér til að búa til bjálka, notaðu hælinn á hendinni eða fingurgómana til að loka saumnum. Gakktu úr skugga um að bekkurinn þinn sé létt hveiti. Þú vilt ekki of mikla þrýsting á deigið, en þú vilt ekki heldur að það renni í stað þess að rúlla. Ef deigið rennur burstið umfram hveiti í burtu og bleytið hendurnar létt.

f) Snúðu deiginu varlega þannig að saumurinn sé á botninum og notaðu hendurnar til að rugga endum brauðsins fram og til baka til að búa til fótboltaform.

g) Strjúktu síðan hendurnar frá miðju hvers brauðs út í átt að brúnunum til að lengja þær aðeins, þar til þær eru 8 til 10 tommur að lengd. Flyttu bæði brauðin yfir á bökunarplötu klædda bökunarpappír með að minnsta kosti nokkurra tommum millibili.

h) Hyljið með handklæði og setjið til hliðar til að hefta í um það bil 1 klukkustund eða þar til marshmallow-y í áferð. Ef þú potar í deigið ætti það að springa örlítið aftur og skilja eftir inndrátt. Eftir 30 mínútna sýringu skaltu forhita ofninn í 450°F.

i) Þegar brauðin eru tilbúin til að bakast, haltu þá hvolfinu í 30 gráðu horn og skreytið skrautlega, með snöggum, léttum hreyfingum til að búa til 2 eða 3 samsíða ská línur niður endilanga brauðið.

j) Settu bökunarplötuna í ofninn, spreyttu vatni 4 eða 5 sinnum og lokaðu hurðinni. Sprautaðu aftur eftir 3 mínútur af bakstri og aftur eftir 3 mínútur í viðbót, vinnðu hratt til að missa ekki ofnhitann. Bakið í 20 til 25 mínútur alls, þar til brauðin eru orðin djúpgulbrún og innra hitastigið mælist um 190°F.

k) Settu brauðin á kæligrind í 15 til 20 mínútur áður en þau eru skorin.

## 59. Gibassier

**HRÁEFNI:**
- 4 bollar hveiti
- 10 g af geri eða bíkarbónati
- 150 g púðurblár sykur
- 130 g ólífuolía
- 130 g volgt hvítvín
- 1 klípa af salti
- 1 bolli rakaður grænn anís
- 4 cl af appelsínublómi

**LEIÐBEININGAR:**
a) Leysið gerið upp í íláti með smá volgu vatni.
b) Bætið við 500 g af hveiti og grafið gosbrunn í það.
c) Bætið í miðjunni 130 g af ólífuolíu, 150 g af sykri, 1 klípu af salti og 1 matskeið og rakaður grænn anís.
d) Bætið gerinu, appelsínublóminu út í og blandið deiginu vel saman.
e) Bætið volgu hvítvíninu smám saman út í til að fá slétt deig.
f) Skiptið deiginu og mótið 2 litla deigstykki.
g) Fletjið hvert deigstykki út í litla köku sem er 1 cm þykk. Setjið þær á bökunarpappírsklædda ofnplötu, skerið 5 sneiðar með rúllu eða hníf og látið standa yfir nótt í ofninum.
h) Daginn eftir er ofninn hitaður í 180°C, ljósan reyrsykur stráð yfir og bakað í 25 til 30 mínútur.

## 60.Sársauki Au Son

**HRÁEFNI:**
- 10 g ferskt bakarager
- 150 g klíð
- 250 g speltmjöl
- 50 g rúgmjöl
- 1 bolli salt

**LEIÐBEININGAR:**

a) Leggið 100 g af klíði í bleyti í 2 dl af vatni í skál í 1 klst.
b) Í annarri skál, hellið 2 mjölinu og búið til gosbrunn. Hellið mulið gerinu út í, saltinu og síðan klíðblöndunni.
c) Hnoðið allt saman í 10 til 15 mínútur þar til það myndast þétt deig. Hyljið skálina með rökum klút og látið hefast á heitum stað fjarri dragi í um það bil 1h30.
d) Hnoðið deigið í um tíu mínútur á hveitistráðu vinnuborði og mótið síðan aflangt brauð.
e) Hitið ofninn í 180°C (þ.6).
f) Smyrjið stórt mót og klæddu það með restinni af klíðinu.
g) Skiptið deiginu í formið og látið hefast í 30 mínútur í viðbót.
h) Bakið brauðið í um 50 mínútur.
i) Látið kólna. Unmold.

# 61. Faluche

**HRÁEFNI:**
- 4 bollar alhliða hveiti
- 10g salt
- 10g sykur
- 10g virkt þurrger
- 300ml volgt vatn
- 2 matskeiðar ólífuolía

**LEIÐBEININGAR:**

a) Gerið gerblönduna útbúið: Leysið sykurinn og gerið upp í volgu vatni í lítilli skál. Látið standa í 5 mínútur þar til það er orðið froðukennt.

b) Blandið þurrefnunum saman í stórri blöndunarskál, blandið saman hveiti og salti.

c) Mótið deigið: Búið til holu í miðju þurrefnanna og hellið gerblöndunni og ólífuolíu út í. Blandið hveitinu smám saman í blautu hráefnin þar til deig myndast.

d) Hnoðið deigið: Færið deigið yfir á hveitistráð yfirborð og hnoðið í 10 mínútur þar til það verður slétt og teygjanlegt.

e) Látið deigið lyfta sér: Setjið deigið í létt smurða skál, hyljið það með röku eldhúsþurrku og látið hefast á hlýjum stað í 1 til 2 klukkustundir þar til það tvöfaldast að stærð.

f) Forhitaðu og mótaðu: Forhitaðu ofninn þinn í 220°C (425°F) og settu bökunarstein eða bökunarplötu inni til að forhita líka. Þegar deigið hefur lyft sér, stingið því varlega niður og mótið það í kringlótt eða sporöskjulaga brauð.

g) Lokaheyping: Færið mótaða deigið yfir á bökunarpappír. Hyljið það með röku eldhúshandklæði og látið það hvíla í 15 mínútur.

h) Bakað: Færið smjörpappírinn með deiginu varlega yfir á ofhitaðan bökunarsteininn eða bökunarplötuna. Bakið í 15 til 20 mínútur þar til faluchinn verður gullinbrúnn og hljómar holur þegar bankað er á botninn.

i) Kældu og njóttu: Taktu faluchann úr ofninum og láttu hann kólna á vírgrind. Þegar það hefur kólnað, skerið í sneiðar og berið fram að vild.

## 62. Pain De Seigle

**HRÁEFNI:**
- 1 ¾ bollar rúgmjöl
- 2 bollar brauðhveiti
- 2 tsk salt
- 2 tsk sykur
- 2 ¼ teskeiðar virkt þurrger
- 1 ⅓ bollar heitt vatn

**LEIÐBEININGAR:**
a) Blandið saman rúgmjöli, brauðhveiti, salti og sykri í stórri blöndunarskál. Blandið vel saman til að dreifa innihaldsefnunum jafnt.
b) Leysið gerið upp í volgu vatni í lítilli skál. Látið standa í um það bil 5 mínútur þar til það er orðið froðukennt.
c) Hellið gerblöndunni í skálina með þurrefnunum. Hrærið blönduna með tréskeið eða höndunum þar til það myndast klístrað deig.
d) Færið deigið yfir á hveitistráð yfirborð og hnoðið það í um 8-10 mínútur þar til það verður slétt og teygjanlegt. Bætið við meira hveiti ef þarf til að koma í veg fyrir að það festist, en passið að bæta ekki of miklu við.
e) Setjið deigið í létt smurða skál og hyljið það með hreinu eldhúsþurrku eða plastfilmu. Leyfðu því að lyfta sér á heitu, draglausu svæði í um það bil 1 til 1 ½ klukkustund, eða þar til það tvöfaldast að stærð.
f) Þegar deigið hefur lyft sér skaltu tæma það varlega með því að þrýsta niður á það með fingurgómunum. Mótaðu deigið í kringlótt brauð eða settu það í smurt brauðform.
g) Hyljið deigið lauslega með eldhúsþurrku og látið hefast í 30-45 mínútur í viðbót, eða þar til það hefur blásið aðeins upp.
h) Á meðan skaltu forhita ofninn þinn í 220°C (425°F). Ef þú notar bökunarstein skaltu setja hann í ofninn á meðan hann er hitinn.
i) Þegar deigið er búið að lyfta sér skaltu fjarlægja handklæðið og setja brauðið yfir á bökunarplötu eða beint á forhitaðan bökunarsteininn.

j) Bakið sársaukann í um það bil 35-40 mínútur, eða þar til skorpan er orðin djúpgulbrún og brauðið hljómar holótt þegar slegið er á botninn.

k) Takið brauðið úr ofninum og látið það kólna á grind áður en það er skorið í sneiðar og borið fram.

l) Njóttu heimatilbúna pain de seigle þinnar, með ríkulegu bragði og seðjandi áferð!

# 63.Miche

**HRÁEFNI:**
- 4 bollar brauðhveiti
- ¾ bolli heilhveiti
- 2 tsk salt
- 2 ¼ teskeiðar virkt þurrger
- 1 ½ bolli heitt vatn

**LEIÐBEININGAR:**
a) Blandið saman brauðhveiti, heilhveiti og salti í stórri blöndunarskál. Blandið vel saman til að dreifa innihaldsefnunum jafnt.
b) Leysið gerið upp í volgu vatni í lítilli skál. Látið standa í um það bil 5 mínútur þar til það er orðið froðukennt.
c) Hellið gerblöndunni í skálina með þurrefnunum. Hrærið blönduna með tréskeið eða höndunum þar til það myndast klístrað deig.
d) Færið deigið yfir á hveitistráð yfirborð og hnoðið það í um 8-10 mínútur þar til það verður slétt og teygjanlegt. Bætið við meira hveiti ef þarf til að koma í veg fyrir að það festist, en passið að bæta ekki of miklu við.
e) Setjið deigið í létt smurða skál og hyljið það með hreinu eldhúsþurrku eða plastfilmu. Leyfðu því að lyfta sér á heitu, draglausu svæði í um það bil 1 til 1 ½ klukkustund, eða þar til það tvöfaldast að stærð.
f) Þegar deigið hefur lyft sér skaltu tæma það varlega með því að þrýsta niður á það með fingurgómunum. Mótaðu deigið í kringlótt brauð með því að stinga brúnunum undir og snúa því í hringlaga hreyfingum.
g) Setjið mótaða músina á bökunarplötu klædda bökunarpappír. Hyljið það lauslega með eldhúsþurrku og látið hefast í 30-45 mínútur í viðbót, eða þar til það hefur blásið aðeins upp.
h) Á meðan skaltu forhita ofninn þinn í 220°C (425°F) og setja grunna pönnu af heitu vatni á neðstu grindina. Þetta mun skapa gufu í ofninum og hjálpa til við að ná stökkri skorpu.
i) Þegar miche hefur lokið lyftingu skaltu fjarlægja handklæðið og flytja bökunarplötuna varlega í forhitaðan ofninn. Bakið í um 35-40 mínútur eða þar til brauðið er gullbrúnt og hljómar holótt þegar slegið er á botninn.
j) Takið músina úr ofninum og látið kólna á grind áður en hann er skorinn í sneiðar og borinn fram.

# ÍTALSKT BRAUÐ

## 64. Grissini Alle Erbe

**HRÁEFNI:**
- 1 franskt brauð, (8 aura)
- 1 matskeið Ólífuolía
- 1 hvítlauksgeiri, helmingaður
- ¾ tsk Þurrkað oregano
- ¾ teskeið Þurrkuð basil
- ⅛ teskeið Salt

**LEIÐBEININGAR:**
a) Skerið brauð í tvennt þversum og skerið hvert stykki í tvennt lárétt.
b) Penslið olíu jafnt yfir afskornar hliðar brauðsins; nudda með hvítlauk. Stráið oregano, basil og salti yfir brauðið. Skerið hvern brauðbita eftir endilöngu í 3 stangir.
c) Settu brauðstangir á ofnplötu; bakað við 300 gráður í 25 mínútur eða þar til stökkt.

## 65.Rúða Pugliese

**HRÁEFNI:**
- 4 bollar brauðhveiti
- 1 ½ tsk virkt þurrger
- 2 bollar heitt vatn
- 2 tsk salt
- Extra virgin ólífuolía (til að smyrja)
- Maísmjöl (til að rykhreinsa)

**LEIÐBEININGAR:**
a) Leysið gerið upp í ½ bolla af volgu vatni í lítilli skál. Látið standa í um það bil 5 mínútur, eða þar til það er orðið froðukennt.
b) Blandið saman brauðhveiti og salti í stórri blöndunarskál.
c) Búið til holu í miðju hveitiblöndunnar og hellið gerblöndunni og afganginum af volgu vatni út í.
d) Hrærið hráefninu saman þar til það myndast gróft deig.
e) Færið deigið yfir á hveitistráð yfirborð og hnoðið það í um 10-15 mínútur, eða þar til það er orðið slétt og teygjanlegt. Bætið aðeins meira hveiti við ef þarf til að koma í veg fyrir að það festist.
f) Setjið deigið í smurða skál, hyljið það með hreinu eldhúsþurrku og látið hefast á hlýjum stað í um 1-2 klukkustundir, eða þar til það tvöfaldast að stærð.
g) Forhitaðu ofninn þinn í 425°F (220°C). Ef þú átt bökunarstein skaltu setja hann í ofninn til að forhita líka.
h) Þegar deigið hefur lyft sér skaltu kýla það varlega niður til að losa um loftbólur. Mótaðu það í kringlótt eða sporöskjulaga brauð.
i) Settu mótaða brauðið á bökunarplötu eða pizzuhýði sem er rykt með maísmjöli. Þetta kemur í veg fyrir að brauðið festist.
j) Hyljið brauðið með hreinu eldhúsþurrku og látið hefast í 30-45 mínútur til viðbótar, eða þar til það bólgnar aðeins upp.
k) Notaðu beittan hníf til að skera nokkrar grunnar skurðir ofan á brauðið. Þetta mun hjálpa brauðinu að stækka og búa til fallega skorpu.
l) Flyttu brauðið yfir á forhitaða bökunarsteininn eða beint á bökunarplötuna ef þú ert ekki að nota stein.
m) Bakið brauðið í forhituðum ofni í um 30-35 mínútur, eða þar til það verður gullbrúnt og hljómar holótt þegar slegið er á botninn.
n) Þegar það er bakað skaltu fjarlægja Pane Pugliese úr ofninum og láta það kólna á vírgrind.

## 66.Grissini

## HRÁEFNI:

- 2 bollar brauðhveiti
- 1 tsk salt
- 1 tsk sykur
- 1 matskeið ólífuolía
- ¾ bolli heitt vatn
- Valfrjálst: sesamfræ eða valmúafræ til að strá yfir

## LEIÐBEININGAR:

a) Blandið saman brauðhveiti, salti og sykri í blöndunarskál. Blandið vel saman til að dreifa innihaldsefnunum jafnt.
b) Búið til holu í miðju þurrefnanna og hellið ólífuolíu og volgu vatni út í.
c) Hrærið blönduna með tréskeið eða höndum þar til hún kemur saman og myndar deig.
d) Færið deigið yfir á hveitistráð yfirborð og hnoðið það í um 5-7 mínútur þar til það verður slétt og teygjanlegt.
e) Skiptið deiginu í smærri hluta. Taktu einn skammt í einu og rúllaðu honum út í þunnt reipilíkt form, um ¼ tommu í þvermál.
f) Skerið útrúllað deigið í 8-10 tommu langar stangir. Þú getur gert þær styttri eða lengri eftir því sem þú vilt.
g) Settu grissini stangirnar á bökunarplötu klædda bökunarpappír. Skildu eftir smá bil á milli prikanna til að leyfa þeim að stækka.
h) Ef vill er hægt að pensla grissini stangirnar með ólífuolíu og strá sesamfræjum eða valmúafræjum ofan á fyrir aukið bragð og áferð.
i) Forhitaðu ofninn þinn í 400°F (200°C).
j) Látið grissini stangirnar hvíla og hefast í um 15-20 mínútur.
k) Bakið grissini í forhituðum ofni í um 15-20 mínútur eða þar til þau verða gullinbrún og stökk.
l) Þegar búið er að baka, takið grissini úr ofninum og látið kólna á vírgrind.

## 67. Pane Pita

**HRÁEFNI:**
- 3 bollar óbleikt alhliða hveiti
- 2 tsk instant ger
- 2 tsk Easy Roll Dough Imrover
- 2 tsk kornsykur
- 1 ½ tsk salt
- 1 bolli vatn
- 2 matskeiðar jurtaolía

**LEIÐBEININGAR:**

a) Vigðu hveitið þitt; eða það með því að hella því varlega í bolla og sópa síðan af því sem umfram er. Blandið hveiti saman við restina af hráefnunum, blandið saman til að mynda rósa/gróft deig.

b) Hnoðið deigið, í höndunum (10 mínútur) eða með hrærivél (5 mínútur) eða með brauðvél (stillt á deighringrásina) þar til það er slétt.

c) Setjið deigið í létt smurða skál og leyfið því að hvíla í 1 klukkustund; það verður frekar þrútið, þó að það tvöfaldist kannski ekki. Ef þú hefur notað brauðvél, láttu vélina einfaldlega klára hringrásina.

d) Snúðu deiginu á létt olíuborið vinnuborð og skiptu því í 8 hluta.

## 68.Pane Al Farro

**HRÁEFNI:**
- 500 g hveiti
- 300 gr speltmjöl (heil máltíð)
- 350ml af vatni
- 25 gr ólífuolía (extra virgin)
- 20 g af bjórgeri (ferskt)
- 20 g af salti
- 1 tsk byggmalt (má sleppa)
- 100 gr af fræjum (blandað)

**LEIÐBEININGAR:**
a) Til að útbúa speltbrauðið byrjarðu á því að leysa molna bjórgerið upp í smá vatni við stofuhita.
b) Setjið tvö hveiti og byggmalt í skál og blandið saman þurrefnunum. Bætið síðan við vatninu sem þú leystir upp gerið og ólífuolíuna í.
c) Bæta við meira vatni; Ég ráðlegg þér að bæta ekki vatni í einu, það er kannski ekki nauðsynlegt þar sem það getur samt tekið smá tíma, það fer eftir upptöku hveitisins sem þú notar. Byrjaðu síðan að vinna deigið með króknum á plánetuhrærivél og stilltu til að bæta við vatni, þú verður að fá þétt deig (þéttara en pizzu, ef svo má segja). Í lok vinnslu er saltinu bætt út í og hnoðað aftur. Bætið að lokum blönduðu fræjunum út í og vinnið aftur til að dreifa þeim vel í deigið
d) Ljúktu við að hnoða deigið með höndunum á sætabrauðsborði og láttu deigið kúlulaga form, setjið það í stóra smurða skál, setjið plastfilmu yfir og látið hefast á hlýjum stað (ofninn slökktur með kveikt ljós gengur bara vel. ). Látið hefast í að minnsta kosti 3-4 klukkustundir eða þar til það hefur tvöfaldast að stærð.
e) Þegar deigið hefur verið sýrt skaltu taka deigið aftur, tæma það og setja það á sætabrauðsbretti, fletja það út og brjóta það 3 sinnum, brjóta það saman eins og bók gefur meiri kraft í seinni súrdeigið. Raðið nú brauðinu á bökunarpappír, með lokunina niður, og setjið í körfu til að láta það hækka á hæð.
f) Eftir klukkutíma er brauðið búið að lyfta sér, hitið ofninn í 240° með bökunarplötunni inni. Þegar það hefur náð réttu hitastigi er

brauðinu (með öllum bökunarpappírnum) raðað beint á bakkann sem var forhituð í ofninum og brauðið eldað á neðstu hillunni.

g) Til að fá stökka skorpuáhrifið er brauðið bakað við 240° í 15 mínútur, síðan lækkið hitann í 180° og haldið áfram að elda í 30 mínútur í viðbót, að lokum hækka það aftur í 200° í 10 mínútur. Þegar brauðið er tilbúið skaltu taka það úr ofninum og setja það á vírgrind til að láta það kólna.

h) Berið fram

# 69. Focaccia

**HRÁEFNI:**
- 2¼ tsk Virkt þurrger
- 3 bollar Brauðhveiti
- ½ tsk Salt
- ½ tsk sykur
- 1 bolli vatn; plús
- 2 matskeiðar Vatn
- 1 matskeið Ólífuolía
- 2 matskeiðar Extra virgin ólífuolía
- 2 tsk Gróft salt
- Nýmalaður svartur pipar

**LEIÐBEININGAR:**
**FRAMKVÆMDIR VÉLA**
a) Bættu við hráefnum, nema áleggi, í þeirri röð sem tilgreind er í handbók brauðvélarinnar. Stilltu brauðvél á deig/handvirka stillingu. Í lok dagskrár, ýttu á hreinsa/stöðva. Til að kýla deigið niður, ýttu á start og láttu hnoða í 60 sekúndur. Ýttu aftur á hreinsa/stöðva. Takið deigið út og látið standa í 5 mínútur áður en það er mótað í höndunum.
b) Ef brauðvélin þín er ekki með deig/handvirka stillingu skaltu fylgja venjulegri brauðgerðaraðferð, en láta deigið hnoða aðeins einu sinni. Í lok hnoðunarlotunnar ýtirðu á clear/stop. Látið deigið hefast í 60 mínútur, athugaðu eftir fyrstu 30 mínúturnar til að ganga úr skugga um að deigið lyftist ekki of mikið og snerti lokið. Ýttu á start og láttu vélina ganga í 60 sekúndur til að kýla deigið niður.
c) Ýttu aftur á hreinsa/stöðva. Takið deigið út og látið standa í 5 mínútur áður en það er mótað í höndunum.

**HANDFORMA TÆKNI:**
d) Stráið hveiti yfir hendurnar. Með fingurgómum, dreift deiginu jafnt í 13- X 9- X 1 tommu léttolíubökuð ofn. Hyljið með hreinum eldhúsklút.
e) Látið hefast þar til tvöfaldast á hæð, um 30 til 60 mínútur.
f) Forhitið ofninn í 400F.
g) Gerðu léttar dældir með fingurgómunum í yfirborðið á lyfta deiginu. Pensliði með extra virgin ólífuolíu og stráið grófu salti og svörtum pipar yfir.
h) Bakið á neðri grind ofnsins í um það bil 30 til 35 mínútur, eða þar til gullið er brúnt. Látið kólna á pönnu.
i) Skerið í tólf jafna bita og berið fram við stofuhita.

## 70.Focaccia Di Mele

## HRÁEFNI:
### DEIG:
- 1 lítið epli, kjarnhreinsað og skorið í fjórða
- 2 bollar óbleikt hvítt hveiti
- ¼ tsk kanill
- 1 matskeið sykur eða 2 t hunang
- 1 Skammt t hraðhækkandi ger
- ¼ teskeið salt
- ⅓ til ½ bolli heitt kranavatn
- ⅓ bolli rúsínur

### FYLLING:
- 4 meðalstór epli
- Safi úr ½ sítrónu
- Klípa hvítan pipar
- Klípa negul
- Klípa kardimommur
- Klípa múskat
- Klípið malað engifer
- 1 tsk vanilluþykkni
- ⅓ Bolli sykur eða hunang
- ½ bolli púðursykur eða
- 2 matskeiðar melass
- 1 tsk maíssterkju

### GLJÁR:
- 2 matskeiðar apríkósasulta eða niðursoðin
- 1 tsk vatn

## LEIÐBEININGAR:
### DEIG:
a) Vinnið kvartað epli í matvinnsluvél í um það bil 20 sekúndur; flytja í sérstaka skál.

b) Bætið 2 bollum af hveiti, kanil, sykri eða hunangi, geri og salti ef þess er óskað í matvinnsluvélina; ferli 5 sekúndur. Bæta við unnu epli; ferli í 5 sekúndur til viðbótar.

c) Þegar örgjörvinn er í gangi skaltu bæta ⅓ bolla af heitu vatni smám saman í gegnum innrennslisrörið. Stöðvaðu vélina og láttu deigið hvíla í um 20 sekúndur. Haltu áfram að vinna og bæta við vatni smám saman í gegnum matarrörið þar til deigið myndar mjúka kúlu og hliðar skálarinnar eru hreinar. Púlsaðu 2 eða 3 sinnum í viðbót.

d) Stráið rúsínum og 1 matskeið af hveiti á hreint yfirborð. Snúið deiginu á yfirborðið og hnoðið í um það bil 1 mínútu til að blanda í rúsínur. Bætið við hveiti ef deigið er mjög klístrað.

e) Létt hveiti innan í plastpoka. Setjið deigið í poka, innsiglið og látið hvíla í 15 til 20 mínútur á heitum, dimmum stað.

f) Rúllið deigið í hring sem er 12 til 14 tommur í þvermál. Setjið í olíuborna pönnu eða eldfast mót.

g) Hyljið með eldhúsþurrku og setjið til hliðar á heitum stað á meðan þú útbýr fyllinguna.

h) Hitið ofninn í 400 gráður.

**FYLLING:**

i) Kjarnið og sneiðið eplapappír þunnt. Stráið sítrónusafa yfir eplasneiðarnar. Bætið restinni af fyllingarefninu út í og blandið vel saman.

j) Skeið fylling í deigið. Bakið í 20 mínútur, snúið síðan pönnunni 180 gráður. Lækkið ofnhitann í 375 gráður og bakið í 20 mínútur til viðbótar, eða þar til eplin eru brún. Kældu á pönnu í 5 mínútur. Takið af pönnunni og kælið vel á grind.

**GLJÁR:**

k) Bræðið sultu eða varðveitið í litlum potti. Bætið vatni út í og látið suðuna koma upp, hrærið kröftuglega. Penslið gljáa yfir eplin og berið fram.

# 71. Schiacciata

## HRÁEFNI:

- 4 bollar brauðhveiti
- 2 tsk instant ger
- 2 tsk salt
- 1 ½ bolli volgt vatn
- Extra virgin ólífuolía
- Gróft sjávarsalt
- Valfrjálst: Ferskt rósmarín eða aðrar kryddjurtir

## LEIÐBEININGAR:

a) Blandið saman brauðhveiti, instant ger og salti í stórri blöndunarskál. Blandið vel saman.
b) Bætið volgu vatninu smám saman út í þurrefnin, hrærið með skeið eða höndunum þar til það myndast klístrað deig.
c) Færið deigið yfir á létt hveitistráð yfirborð og hnoðið í um 5 mínútur þar til deigið er orðið slétt og teygjanlegt.
d) Setjið hnoðaða deigið í létt smurða skál, hyljið það með hreinu eldhúsþurrki og látið hefast á hlýjum stað í um 1-2 klukkustundir, eða þar til það tvöfaldast að stærð.
e) Þegar deigið hefur lyft sér skaltu tæma það varlega og flytja það yfir á bökunarplötu klædda bökunarpappír.
f) Notaðu hendurnar til að þrýsta og teygja deigið þannig að það passi við bökunarplötuna og búðu til rétthyrnd eða sporöskjulaga lögun. Deigið ætti að vera um ½ tommu þykkt.
g) Dreypið ólífuolíu ríkulega yfir yfirborð deigsins og dreifið því jafnt með höndunum.
h) Stráið grófu sjávarsalti yfir og þrýstið því létt ofan í deigið.
i) Valfrjálst: Ef þú vilt, dreifðu ferskum rósmarínlaufum eða öðrum kryddjurtum yfir yfirborð schiacciata.
j) Hyljið bökunarplötuna með eldhúsþurrku og látið deigið hefast í 30 mínútur í viðbót.
k) Forhitið ofninn í 220°C (425°F).
l) Þegar deigið hefur lyft sér setjið þá bökunarplötuna inn í forhitaðan ofninn og bakið í um 15-20 mínútur, eða þar til schiacciata verður gullinbrúnt og stökkt á köntunum.
m) Takið schiacciata úr ofninum og látið kólna aðeins á vír áður en hún er skorin í sneiðar og borin fram.

## 72. Pane Di Altamura

## HRÁEFNI:
- 4 bollar durum hveiti (Semola di grano duro rimacinata)
- 1 ½ bolli volgt vatn
- 2 tsk salt
- 1 tsk sykur
- 2 tsk ferskt ger (eða 1 tsk instant ger)
- Extra virgin ólífuolía (til smurningar)

## LEIÐBEININGAR:
a) Blandið saman durum-hveiti, salti og sykri í stórri blöndunarskál. Blandið vel saman.

b) Leysið ferska gerið upp í volgu vatni (eða fylgdu leiðbeiningunum ef þú notar instant ger) og láttu það standa í nokkrar mínútur þar til það er orðið froðukennt.

c) Búið til holu í miðju hveitiblöndunnar og hellið gerblöndunni út í.

d) Blandið hráefnunum smám saman saman, annaðhvort með skeið eða höndum, þar til það myndast klístrað deig.

e) Færið deigið yfir á létt hveitistráð yfirborð og hnoðið í um 10 mínútur þar til það verður slétt og teygjanlegt.

f) Mótið deigið í hringlaga kúlu og setjið í létt smurða skál. Hyljið skálina með hreinu eldhúshandklæði og látið hefast á hlýjum stað í um 2-3 klukkustundir, eða þar til hún tvöfaldast að stærð.

g) Þegar deigið hefur lyft sér skaltu tæma það varlega og flytja það yfir á bökunarplötu klædda bökunarpappír.

h) Mótaðu deigið í kringlótt eða sporöskjulaga brauð sem gefur það slétt yfirborð.

i) Notaðu beittan hníf eða rakvélarblað til að gera skáskor eða krossmynstur efst á brauðinu.

j) Hyljið brauðið með hreinu eldhúshandklæði og látið hefast í 1-2 klukkustundir í viðbót, eða þar til það stækkar sýnilega.

k) Forhitið ofninn í 220°C (425°F).

l) Þegar brauðið hefur lyft sér skaltu setja það í forhitaðan ofn og baka í um 40-45 mínútur, eða þar til brauðið fær gullbrúna skorpu og hljómar holótt þegar slegið er á botninn.

m) Takið Pane di Altamura úr ofninum og látið kólna á grind áður en hún er skorin í sneiðar og borin fram.

# 73. Pane Casareccio

## HRÁEFNI:
- 4 bollar brauðhveiti
- 2 tsk instant ger
- 2 tsk salt
- 1 ½ bolli volgt vatn
- Extra virgin ólífuolía (til smurningar)

## LEIÐBEININGAR:
a) Blandið saman brauðhveiti, instant ger og salti í stórri blöndunarskál. Blandið vel saman.
b) Bætið volgu vatni smám saman út í þurrefnin, hrærið með skeið eða höndunum þar til deig myndast.
c) Færið deigið yfir á létt hveitistráð yfirborð og hnoðið í um 10 mínútur þar til það verður slétt og teygjanlegt.
d) Mótið deigið í hringlaga kúlu og setjið í létt smurða skál. Hyljið skálina með hreinu eldhúshandklæði og látið hefast á hlýjum stað í um 1-2 klukkustundir, eða þar til hún tvöfaldast að stærð.
e) Þegar deigið hefur lyft sér skaltu tæma það varlega og flytja það yfir á bökunarplötu klædda bökunarpappír.
f) Mótaðu deigið í kringlótt eða sporöskjulaga brauð sem gefur því sveitalegt yfirbragð. Einnig er hægt að skipta deiginu í smærri hluta til að búa til brauð í stakri stærð.
g) Hyljið brauðið með hreinu eldhúshandklæði og látið hefast í 1-2 klukkustundir í viðbót, eða þar til það stækkar sýnilega.
h) Forhitið ofninn í 220°C (425°F).
i) Valfrjálst: Áður en bakað er skaltu skera létt ofan á brauðið með beittum hníf eða rakvélarblaði til að búa til skrautmunstur.
j) Setjið bökunarplötuna með brauðinu í forhitaðan ofninn og bakið í um 30-35 mínútur, eða þar til brauðið fær gullbrúna skorpu og hljómar holótt þegar slegið er á botninn.
k) Takið Pane Casareccio úr ofninum og látið kólna á grind áður en hann er skorinn í sneiðar og borinn fram.

## 74.Rúða Toscano

## HRÁEFNI:

- 4 bollar brauðhveiti
- 2 tsk instant ger
- 1 ½ bolli volgt vatn
- Extra virgin ólífuolía (til smurningar)

## LEIÐBEININGAR:

a) Blandið saman brauðhveiti og instant ger í stórri blöndunarskál. Blandið vel saman.

b) Bætið volgu vatninu smám saman út í þurrefnin, hrærið með skeið eða höndunum þar til það myndast klístrað deig.

c) Færið deigið yfir á létt hveitistráð yfirborð og hnoðið í um 10 mínútur þar til það verður slétt og teygjanlegt.

d) Mótið deigið í hringlaga kúlu og setjið í létt smurða skál. Hyljið skálina með hreinu eldhúshandklæði og látið hefast á hlýjum stað í um 1-2 klukkustundir, eða þar til hún tvöfaldast að stærð.

e) Þegar deigið hefur lyft sér skaltu tæma það varlega og flytja það yfir á bökunarplötu klædda bökunarpappír.

f) Mótaðu deigið í kringlótt eða sporöskjulaga brauð sem gefur því sveitalegt yfirbragð.

g) Hyljið brauðið með hreinu eldhúshandklæði og látið hefast í 1-2 klukkustundir í viðbót, eða þar til það stækkar sýnilega.

h) Forhitið ofninn í 220°C (425°F).

i) Valfrjálst: Áður en bakað er skaltu skera létt ofan á brauðið með beittum hníf eða rakvélarblaði til að búa til skrautmunstur.

j) Setjið bökunarplötuna með brauðinu í forhitaðan ofninn og bakið í um 30-35 mínútur, eða þar til brauðið fær gullbrúna skorpu og hljómar holótt þegar slegið er á botninn.

k) Takið Pane Toscano úr ofninum og látið kólna á grind áður en hann er skorinn í sneiðar og borinn fram.

# 75. Pane Di Semola

## HRÁEFNI:

- 4 bollar semolina hveiti
- 2 tsk instant ger
- 2 tsk salt
- 1 ½ bolli volgt vatn
- Extra virgin ólífuolía (til smurningar)

## LEIÐBEININGAR:

a) Í stórri hrærivélarskál, blandaðu saman semolina hveiti, instant ger og salti. Blandið vel saman.

b) Bætið volgu vatninu smám saman út í þurrefnin, hrærið með skeið eða höndunum þar til það myndast klístrað deig.

c) Færið deigið yfir á létt hveitistráð yfirborð og hnoðið í um 10 mínútur þar til það verður slétt og teygjanlegt.

d) Mótið deigið í hringlaga kúlu og setjið í létt smurða skál. Hyljið skálina með hreinu eldhúshandklæði og látið hefast á hlýjum stað í um 1-2 klukkustundir, eða þar til hún tvöfaldast að stærð.

e) Þegar deigið hefur lyft sér skaltu tæma það varlega og flytja það yfir á bökunarplötu klædda bökunarpappír.

f) Mótaðu deigið í kringlótt eða sporöskjulaga brauð sem gefur því sveitalegt yfirbragð.

g) Hyljið brauðið með hreinu eldhúshandklæði og látið hefast í 1-2 klukkustundir í viðbót, eða þar til það stækkar sýnilega.

h) Forhitið ofninn í 220°C (425°F).

i) Valfrjálst: Áður en bakað er skaltu skera létt ofan á brauðið með beittum hníf eða rakvélarblaði til að búa til skrautmunstur.

j) Setjið bökunarplötuna með brauðinu í forhitaðan ofninn og bakið í um 30-35 mínútur, eða þar til brauðið fær gullbrúna skorpu og hljómar holótt þegar slegið er á botninn.

k) Takið Pane di Semola úr ofninum og látið kólna á grind áður en hún er skorin í sneiðar og borin fram.

# 76. Pane Al Pomodoro

**HRÁEFNI:**
- 4 bollar brauðhveiti
- 2 tsk instant ger
- 2 tsk salt
- 250ml (1 bolli) volgt vatn
- 2 matskeiðar tómatmauk eða maukaðir tómatar
- 2 matskeiðar extra virgin ólífuolía
- Þurrkaðar kryddjurtir eins og oregano, basil eða timjan (valfrjálst)

**LEIÐBEININGAR:**
a) Blandið saman brauðhveiti, instant ger og salti í stórri blöndunarskál. Blandið vel saman.
b) Leysið tómatmaukið eða maukaða tómatana í sérstakri skál í volgu vatni þar til það hefur blandast vel saman.
c) Bætið tómat-vatnsblöndunni og ólífuolíu saman við þurrefnin. Blandið með tréskeið eða hrærivél með deigkrók þar til það myndast klístrað deig.
d) Færið deigið yfir á létt hveitistráð yfirborð og hnoðið í um 10 mínútur þar til það verður slétt og teygjanlegt.
e) Setjið deigið í létt smurða skál, hyljið það með hreinu eldhúshandklæði og látið hefast á hlýjum stað í um 1-2 klukkustundir, eða þar til það tvöfaldast að stærð.
f) Þegar deigið hefur lyft sér skaltu tæma það varlega og flytja það yfir á bökunarplötu klædda bökunarpappír.
g) Mótaðu deigið í kringlótt eða sporöskjulaga brauð sem gefur því sveitalegt yfirbragð.
h) Hyljið brauðið með hreinu eldhúshandklæði og látið hefast í 1-2 klukkustundir í viðbót, eða þar til það stækkar sýnilega.
i) Forhitið ofninn í 220°C (425°F).
j) Valfrjálst: Áður en bakað er skaltu pensla toppinn af brauðinu með ólífuolíu og strá þurrkuðum kryddjurtum ofan á fyrir aukið bragð og ilm.
k) Setjið bökunarplötuna með brauðinu í forhitaðan ofninn og bakið í um 30-35 mínútur, eða þar til brauðið fær gullbrúna skorpu og hljómar holótt þegar slegið er á botninn.
l) Takið Pane al Pomodoro úr ofninum og látið kólna á grind áður en hún er skorin í sneiðar og borin fram.

## 77. Pane Alle Olive

**HRÁEFNI:**
- 4 bollar brauðhveiti
- 2 tsk instant ger
- 2 tsk salt
- 300ml (1 ¼ bolli) volgt vatn
- 100 g (¾ bolli) svartar eða grænar ólífur, saxaðar eða sneiddar
- 2 matskeiðar extra virgin ólífuolía

**LEIÐBEININGAR:**
a) Blandið saman brauðhveiti, instant ger og salti í stórri blöndunarskál. Blandið vel saman.
b) Bætið volgu vatninu smám saman út í þurrefnin, hrærið með skeið eða höndunum þar til það myndast klístrað deig.
c) Bætið söxuðum eða sneiðum ólífum út í deigið og hnoðið í nokkrar mínútur þar til þær eru jafnt dreift.
d) Færið deigið yfir á létt hveitistráð yfirborð og hnoðið áfram í um það bil 10 mínútur þar til það er orðið slétt og teygjanlegt.
e) Setjið deigið í létt smurða skál, hyljið það með hreinu eldhúshandklæði og látið hefast á hlýjum stað í um 1-2 klukkustundir, eða þar til það tvöfaldast að stærð.
f) Þegar deigið hefur lyft sér skaltu tæma það varlega og flytja það yfir á bökunarplötu klædda bökunarpappír.
g) Mótaðu deigið í kringlótt eða sporöskjulaga brauð, eða þú getur búið til hefðbundið "ciabatta" form með því að fletja deigið aðeins út og lengja það.
h) Hyljið brauðið með hreinu eldhúshandklæði og látið hefast í 1-2 klukkustundir í viðbót, eða þar til það stækkar sýnilega.
i) Forhitið ofninn í 220°C (425°F).
j) Dreifið toppnum á brauðinu með extra virgin ólífuolíu.
k) Setjið bökunarplötuna með brauðinu í forhitaðan ofninn og bakið í um 30-35 mínútur, eða þar til brauðið fær gullbrúna skorpu og hljómar holótt þegar slegið er á botninn.
l) Takið Pane alle Olive úr ofninum og látið kólna á grind áður en hún er skorin í sneiðar og borin fram.

# 78.Pane Alle Noci

**HRÁEFNI:**
- 4 bollar brauðhveiti
- 2 tsk instant ger
- 2 tsk salt
- 300ml (1 ¼ bolli) volgt vatn
- 100 g (1 bolli) valhnetur, saxaðar
- 2 matskeiðar extra virgin ólífuolía

**LEIÐBEININGAR:**
a) Blandið saman brauðhveiti, instant ger og salti í stórri blöndunarskál. Blandið vel saman.
b) Bætið volgu vatninu smám saman út í þurrefnin, hrærið með skeið eða höndunum þar til það myndast klístrað deig.
c) Bætið söxuðu valhnetunum út í deigið og hnoðið í nokkrar mínútur þar til þær eru jafnt dreift.
d) Færið deigið yfir á létt hveitistráð yfirborð og hnoðið áfram í um það bil 10 mínútur þar til það er orðið slétt og teygjanlegt.
e) Setjið deigið í létt smurða skál, hyljið það með hreinu eldhúshandklæði og látið hefast á hlýjum stað í um 1-2 klukkustundir, eða þar til það tvöfaldast að stærð.
f) Þegar deigið hefur lyft sér skaltu tæma það varlega og flytja það yfir á bökunarplötu klædda bökunarpappír.
g) Mótaðu deigið í kringlótt eða sporöskjulaga brauð.
h) Hyljið brauðið með hreinu eldhúshandklæði og látið hefast í 1-2 klukkustundir í viðbót, eða þar til það stækkar sýnilega.
i) Forhitið ofninn í 220°C (425°F).
j) Dreifið toppnum á brauðinu með extra virgin ólífuolíu.
k) Setjið bökunarplötuna með brauðinu í forhitaðan ofninn og bakið í um 30-35 mínútur, eða þar til brauðið fær gullbrúna skorpu og hljómar holótt þegar slegið er á botninn.
l) Takið Pane alle Noci úr ofninum og látið kólna á grind áður en hún er skorin í sneiðar og borin fram.

# 79.Pane Alle Erbe

**HRÁEFNI:**
- 4 bollar brauðhveiti
- 2 tsk instant ger
- 2 tsk salt
- 300ml (1 ¼ bolli) volgt vatn
- 2 matskeiðar extra virgin ólífuolía
- 2 matskeiðar blandaðar ferskar kryddjurtir (svo sem rósmarín, timjan, basil, oregano, steinselja), smátt saxaðar

**LEIÐBEININGAR:**
a) Blandið saman brauðhveiti, instant ger og salti í stórri blöndunarskál. Blandið vel saman.
b) Bætið volgu vatninu smám saman út í þurrefnin, hrærið með skeið eða höndunum þar til það myndast klístrað deig.
c) Bætið söxuðum ferskum kryddjurtum út í deigið og hnoðið í nokkrar mínútur þar til þær dreifast jafnt.
d) Færið deigið yfir á létt hveitistráð yfirborð og hnoðið áfram í um það bil 10 mínútur þar til það er orðið slétt og teygjanlegt.
e) Setjið deigið í létt smurða skál, hyljið það með hreinu eldhúshandklæði og látið hefast á hlýjum stað í um 1-2 klukkustundir, eða þar til það tvöfaldast að stærð.
f) Þegar deigið hefur lyft sér skaltu tæma það varlega og flytja það yfir á bökunarplötu klædda bökunarpappír.
g) Mótaðu deigið í kringlótt eða sporöskjulaga brauð.
h) Hyljið brauðið með hreinu eldhúshandklæði og látið hefast í 1-2 klukkustundir í viðbót, eða þar til það stækkar sýnilega.
i) Forhitið ofninn í 220°C (425°F).
j) Dreifið toppnum á brauðinu með extra virgin ólífuolíu.
k) Setjið bökunarplötuna með brauðinu í forhitaðan ofninn og bakið í um 30-35 mínútur, eða þar til brauðið fær gullbrúna skorpu og hljómar holótt þegar slegið er á botninn.
l) Takið Pane alle Erbe úr ofninum og látið kólna á grind áður en hún er skorin í sneiðar og borin fram.

## 80. Pane Di Riso

## HRÁEFNI:

- 1 bolli soðin hrísgrjón
- 4 bollar brauðhveiti
- 2 tsk instant ger
- 2 tsk salt
- 1 bolli volgt vatn
- 2 matskeiðar extra virgin ólífuolía

## LEIÐBEININGAR:

a) Blandið saman brauðhveiti, instant ger og salti í stórri blöndunarskál. Blandið vel saman.
b) Bætið soðnu hrísgrjónunum við þurrefnin og blandið saman til að dreifa þeim jafnt.
c) Bætið volga vatninu smám saman út í blönduna, hrærið með skeið eða höndunum þar til það myndast klístrað deig.
d) Færið deigið yfir á létt hveitistráð yfirborð og hnoðið í um 10 mínútur þar til það verður slétt og teygjanlegt.
e) Setjið deigið í létt smurða skál, hyljið það með hreinu eldhúshandklæði og látið hefast á hlýjum stað í um 1-2 klukkustundir, eða þar til það tvöfaldast að stærð.
f) Þegar deigið hefur lyft sér skaltu tæma það varlega og flytja það yfir á bökunarplötu klædda bökunarpappír.
g) Mótaðu deigið í kringlótt eða sporöskjulaga brauð.
h) Hyljið brauðið með hreinu eldhúshandklæði og látið hefast í 1-2 klukkustundir í viðbót, eða þar til það stækkar sýnilega.
i) Forhitið ofninn í 220°C (425°F).
j) Dreifið toppnum á brauðinu með extra virgin ólífuolíu.
k) Setjið bökunarplötuna með brauðinu í forhitaðan ofninn og bakið í um 30-35 mínútur, eða þar til brauðið fær gullbrúna skorpu og hljómar holótt þegar slegið er á botninn.
l) Takið Pane di Riso úr ofninum og látið kólna á grind áður en hún er skorin í sneiðar og borin fram.

## 81.Pane Di Ceci

**HRÁEFNI:**
- 1½ bolli kjúklingabaunamjöl
- 1 ¾ bollar vatn
- 3 matskeiðar extra virgin ólífuolía
- 1 tsk salt
- Ferskt rósmarín eða aðrar kryddjurtir (valfrjálst)

**LEIÐBEININGAR:**
a) Blandið saman kjúklingabaunum og vatni í blöndunarskál. Þeytið vel þar til blandan er slétt og kekkjalaus. Látið það hvíla í að minnsta kosti 1 klukkustund eða allt að yfir nótt til að leyfa hveitinu að vökva.
b) Forhitið ofninn í 220°C (425°F) og setjið stóra steypujárnspönnu eða eldfast mót í ofninn til að hita.
c) Eftir hvíldartímann skal fleyta af allri froðu sem gæti hafa myndast ofan á kjúklingabaunadeiginu.
d) Bætið ólífuolíu og salti við deigið og þeytið þar til það hefur blandast vel saman.
e) Fjarlægðu hituðu pönnu eða bökunarform úr ofninum og helltu deiginu varlega í hann og dreifðu því jafnt.
f) Ef vill, stráið fersku rósmaríni eða öðrum kryddjurtum yfir deigið.
g) Setjið pönnu eða bökunarform aftur í ofninn og bakið í um 20-25 mínútur, eða þar til brúnirnar eru orðnar stökkar og gullinbrúnar.
h) Takið Pane di Ceci úr ofninum og látið kólna í nokkrar mínútur áður en það er skorið í báta eða ferninga.
i) Berið fram heitt eða við stofuhita sem meðlæti, forrétt eða snarl.

## 82.Pane Di Patate

**HRÁEFNI:**
- 2 ¼ bollar brauðhveiti
- 1½ bollar soðnar og kartöflumús
- 2 tsk instant ger
- 2 tsk salt
- 2 matskeiðar extra virgin ólífuolía
- ⅔ bolli af volgu vatni

**LEIÐBEININGAR:**
a) Blandið saman brauðhveiti, instant ger og salti í stórri blöndunarskál. Blandið vel saman.
b) Bætið kartöflumúsinni út í þurrefnin og blandið þar til það er blandað saman.
c) Bætið volgu vatni og ólífuolíu smám saman út í blönduna, hrærið með skeið eða höndunum þar til það myndast klístrað deig.
d) Færið deigið yfir á létt hveitistráð yfirborð og hnoðið í um 10 mínútur þar til það verður slétt og teygjanlegt.
e) Setjið deigið í létt smurða skál, hyljið það með hreinu eldhúshandklæði og látið hefast á hlýjum stað í um 1-2 klukkustundir, eða þar til það tvöfaldast að stærð.
f) Þegar deigið hefur lyft sér skaltu tæma það varlega og flytja það yfir á bökunarplötu klædda bökunarpappír.
g) Mótaðu deigið í kringlótt eða sporöskjulaga brauð.
h) Hyljið brauðið með hreinu eldhúshandklæði og látið hefast í 1-2 klukkustundir í viðbót, eða þar til það stækkar sýnilega.
i) Forhitið ofninn í 220°C (425°F).
j) Skerið toppinn á brauðinu með beittum hníf og búðu til nokkrar skurðir.
k) Setjið bökunarplötuna með brauðinu í forhitaðan ofninn og bakið í um 30-35 mínútur, eða þar til brauðið fær gullbrúna skorpu og hljómar holótt þegar slegið er á botninn.
l) Takið Pane di Patate úr ofninum og látið kólna á grind áður en það er skorið í sneiðar og borið fram.

## 83.Taralli

**HRÁEFNI:**
- 4 bollar alhliða hveiti
- 2 tsk salt
- 2 tsk sykur
- 2 tsk lyftiduft
- 120ml (½ bolli) hvítvín
- 120ml (½ bolli) extra virgin ólífuolía
- Vatn (eftir þörfum)
- Valfrjálst bragðefni: fennelfræ, svartur pipar, chiliflögur o.fl.

**LEIÐBEININGAR:**
a) Blandið saman hveiti, salti, sykri og lyftidufti í stórri blöndunarskál. Blandið vel saman.
b) Bætið hvítvíninu og ólífuolíu saman við þurrefnin. Blandið þar til hráefnin byrja að blandast saman.
c) Bætið vatni smám saman út í, smá í einu, á meðan þið hnoðið deigið með höndunum þar til það er orðið slétt og örlítið þétt deig. Magnið af vatni sem þarf getur verið mismunandi eftir rakastigi umhverfisins.
d) Ef þess er óskað skaltu bæta við bragðefnum eins og fennelfræjum, svörtum pipar eða chiliflögum í deigið. Hnoðið deigið nokkrum sinnum í viðbót til að dreifa bragðinu jafnt.
e) Skiptið deiginu í smærri hluta og rúllið hverjum hluta í þunnt reipi, um 1 cm (0,4 tommur) í þvermál.
f) Skerið reipið í litla bita, um 7-10 cm (2,8-4 tommur) á lengd.
g) Taktu hvert stykki og tengdu endana saman og myndaðu hringform.
h) Forhitið ofninn í 180°C (350°F).
i) Látið suðu koma upp í stórum potti af vatni. Bætið handfylli af salti út í sjóðandi vatnið.
j) Slepptu nokkrum Taralli varlega í einu í sjóðandi vatnið og eldið í um 1-2 mínútur, eða þar til þeir fljóta upp á yfirborðið.
k) Takið soðna Taralli úr vatninu með sleif eða skúmar og færið þá yfir á bökunarplötu klædda bökunarpappír.
l) Setjið Taralli inn í forhitaðan ofn og bakið í um 25-30 mínútur, eða þar til þeir verða gullinbrúnir og stökkir.
m) Takið Taralli úr ofninum og látið þær kólna alveg áður en þær eru bornar fram.

# TYRKNESKT BRAUÐ

## 84.Simit

**HRÁEFNI:**
- 4 bollar alhliða hveiti
- 1 matskeið virkt þurrger
- 1 matskeið sykur
- 1 tsk salt
- 1 matskeið jurtaolía
- 1 ½ bolli heitt vatn
- ½ bolli melassi (til að dýfa)
- 1 bolli sesamfræ (til að hjúpa)

**LEIÐBEININGAR:**
a) Blandið heitu vatni, sykri og ger saman í litla skál. Látið standa í um það bil 5 mínútur þar til það er orðið froðukennt.
b) Blandið saman hveiti og salti í stórri blöndunarskál. Búið til holu í miðjunni og hellið gerblöndunni og jurtaolíu út í. Blandið með tréskeið eða höndum þar til gróft deig myndast.
c) Færið deigið yfir á hveitistráð yfirborð og hnoðið í um 8-10 mínútur þar til það er orðið slétt og teygjanlegt. Ef deigið er of klístrað má bæta aðeins meira hveiti við.
d) Setjið deigið í smurða skál og hyljið það með rökum klút. Látið hefast á hlýjum stað í um 1-2 tíma þar til það tvöfaldast að stærð.
e) Forhitaðu ofninn þinn í 425°F (220°C). Klæðið bökunarplötu með bökunarpappír.
f) Kýlið niður lyfta deigið og skiptið því í smærri hluta, á stærð við tennisbolta. Taktu hvern skammt og rúllaðu honum í þunnt reipi, um það bil 18 tommur að lengd.
g) Mótaðu reipið í hring sem skarast örlítið á endana og snúðu þeim saman til að loka. Endurtaktu með afganginum af deigskömmtum.
h) Hellið melassanum í grunna skál. Dýfðu hverjum simit í melassann og tryggðu að hann sé jafnhúðaður.
i) Dreifið sesamfræjunum á flatan disk. Veltið melasshúðuðum simit upp í sesamfræin og þrýstið varlega á til að tryggja að þau festist við deigið.
j) Settu húðuðu simítana á tilbúna bökunarplötuna. Leyfðu þeim að hvíla í um 10-15 mínútur.
k) Bakið simit í forhituðum ofni í um 15-20 mínútur eða þar til þær verða gullinbrúnar.
l) Takið úr ofninum og látið kólna á vírgrindi.

## 85.Ekmek

**HRÁEFNI:**
- 4 bollar brauðhveiti
- 2 tsk instant ger
- 2 tsk salt
- 2 bollar heitt vatn

**LEIÐBEININGAR:**

a) Blandið saman brauðhveiti, instant ger og salti í stórri blöndunarskál.

b) Bætið heitu vatninu smám saman út í á meðan hrært er með tréskeið eða höndum. Haltu áfram að hræra þar til deigið byrjar að safnast saman.

c) Færið deigið yfir á hveitistráð yfirborð og hnoðið í um 10-15 mínútur þar til það verður slétt og teygjanlegt. Ef deigið er of klístrað má bæta við aðeins meira hveiti á meðan á hnoðunarferlinu stendur.

d) Setjið hnoðaða deigið aftur í blöndunarskálina og hyljið það með rökum klút. Látið hefast á hlýjum stað í um 1-2 klukkustundir eða þar til það tvöfaldast að stærð.

e) Forhitaðu ofninn þinn í 450°F (230°C). Ef þú átt bökunarstein eða bökunarplötu skaltu setja hann í ofninn til að forhita líka.

f) Þegar deigið hefur lyft sér skaltu kýla það varlega niður til að losa um loftbólur. Flyttu deigið yfir á hveitistráð yfirborð og mótaðu það í kringlótt eða sporöskjulaga brauð.

g) Settu mótaða deigið á bökunarplötu eða forhitaðan bökunarstein. Skerið nokkrar skáskornar ofan á brauðið með beittum hníf.

h) Bakið ekmekinn í forhituðum ofni í um 20-25 mínútur eða þar til hann verður gullinbrúnn og hljómar holur þegar bankað er á botninn.

i) Takið ekmekið úr ofninum og látið það kólna á rist áður en það er skorið í sneiðar og borið fram.

## 86. Lahmacun

## HRÁEFNI:
**FYRIR DEIGIÐ:**
- 2 ½ bollar alhliða hveiti
- 1 tsk salt
- 1 tsk instant ger
- 1 tsk sykur
- 1 matskeið ólífuolía
- ¾ bolli heitt vatn

**FYRIR ÁFLAÐIÐ:**
- ½ pund lamb eða nautahakk
- 1 laukur, smátt saxaður
- 2 tómatar, smátt saxaðir
- 1 rauð paprika, smátt skorin
- 3 hvítlauksrif, söxuð
- 2 matskeiðar tómatmauk
- 2 matskeiðar ólífuolía
- 2 matskeiðar sítrónusafi
- 2 tsk malað kúmen
- 1 tsk paprika
- 1 tsk þurrkað oregano
- Salt og pipar eftir smekk

## LEIÐBEININGAR:
a) Blandið saman hveiti, salti, instant ger og sykri í blöndunarskál. Bætið við ólífuolíu og volgu vatni. Blandið vel saman þar til deigið kemur saman.

b) Færið deigið yfir á hveitistráð yfirborð og hnoðið í um 5-7 mínútur þar til það er orðið slétt og teygjanlegt. Setjið deigið aftur í skálina, hyljið það með rökum klút og látið það hvíla í um 30 mínútur.

c) Á meðan undirbúið áleggsblönduna. Í sérstakri skál skaltu sameina lambakjöt eða nautakjöt, fínt saxaðan lauk, tómata, rauða papriku, hakkað hvítlauk, tómatmauk, ólífuolíu, sítrónusafa, malað kúmen, papriku, þurrkað oregano, salt og pipar. Blandið vel saman til að sameina öll hráefnin.

d) Forhitaðu ofninn þinn í hæstu hitastillingu (venjulega um 500°F eða 260°C).
e) Skiptið deiginu í smærri hluta. Taktu einn skammt í einu og flettu honum út í þunnt, kringlótt form, um 8-10 tommur í þvermál. Settu útrúllaða deigið á bökunarplötu eða pizzastein.
f) Smyrjið þunnu lagi af áleggsblöndunni jafnt yfir deigið og skiljið eftir smá brún í kringum brúnirnar.
g) Endurtaktu ferlið með afganginum af deigskömmtum og áleggsblöndunni.
h) Settu tilbúna lahmacunið í forhitaðan ofninn og bakaðu í um 8-10 mínútur eða þar til brúnir deigsins verða gullbrúnir og áleggið er eldað í gegn.
i) Takið lahmacun úr ofninum og látið kólna í nokkrar mínútur áður en það er skorið í sneiðar. Henni er venjulega rúllað upp og borið fram með kreistu af sítrónusafa og ferskri steinselju.

## 87.Bazlama

**HRÁEFNI:**
- 4 bollar alhliða hveiti
- 2 tsk instant ger
- 1 tsk sykur
- 1 tsk salt
- 1 ½ bolli heitt vatn
- 2 matskeiðar ólífuolía

**LEIÐBEININGAR:**
a) Blandið heitu vatni, sykri og instant ger saman í litla skál. Látið standa í um það bil 5 mínútur þar til það er orðið froðukennt.
b) Blandið saman hveiti og salti í stórri blöndunarskál. Búið til holu í miðjunni og hellið gerblöndunni og ólífuolíu út í. Blandið saman með tréskeið eða höndunum þar til það myndast loðið deig.
c) Færið deigið yfir á hveitistráð yfirborð og hnoðið í um 5-7 mínútur þar til það verður slétt og teygjanlegt. Ef deigið er of klístrað má bæta við aðeins meira hveiti á meðan á hnoðunarferlinu stendur.
d) Setjið hnoðaða deigið aftur í blöndunarskálina og hyljið það með rökum klút. Látið hefast á hlýjum stað í um 1-2 klukkustundir eða þar til það tvöfaldast að stærð.
e) Þegar deigið hefur lyft sér skaltu kýla það niður til að losa loftbólur. Skiptið deiginu í jafnstóra hluta, allt eftir stærð bazlama sem óskað er eftir.
f) Taktu einn skammt af deiginu og flettu því út í kringlótt eða sporöskjulaga form, um ¼ tommu þykkt. Endurtaktu með afganginum af deigskömmtum.
g) Hitið pönnu eða stóra pönnu sem festist ekki við meðalhita. Setjið útrúllaða deigið á hitaða yfirborðið og eldið í um 2-3 mínútur á hvorri hlið, eða þar til það bólgnar aðeins upp og myndar gullbrúna bletti.
h) Fjarlægðu elduðu bazlama af pönnu eða pönnu og settu það inn í hreint eldhúshandklæði til að halda því heitu og mjúku. Endurtaktu ferlið með afganginum af deiginu.

## 88.Sırıklı Ekmek

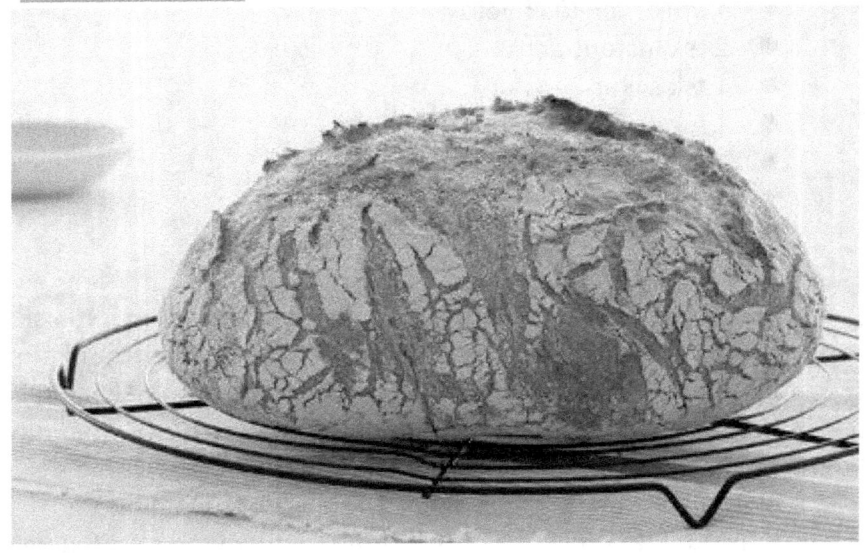

## HRÁEFNI:

- 4 bollar alhliða hveiti
- 2 tsk instant ger
- 1 tsk sykur
- 1 tsk salt
- 1 ½ bolli heitt vatn
- 2 matskeiðar ólífuolía
- Sesamfræ (valfrjálst, fyrir álegg)
- Tréspjót (fyrirfram bleytir í vatni til að koma í veg fyrir bruna)

## LEIÐBEININGAR:

a) Blandið heitu vatni, sykri og instant ger saman í litla skál. Látið standa í um það bil 5 mínútur þar til það er orðið froðukennt.

b) Blandið saman hveiti og salti í stórri blöndunarskál. Búið til holu í miðjunni og hellið gerblöndunni og ólífuolíu út í. Blandið saman með tréskeið eða höndunum þar til það myndast loðið deig.

c) Færið deigið yfir á hveitistráð yfirborð og hnoðið í um 5-7 mínútur þar til það verður slétt og teygjanlegt. Ef deigið er of klístrað má bæta við aðeins meira hveiti á meðan á hnoðunarferlinu stendur.

d) Setjið hnoðaða deigið aftur í blöndunarskálina og hyljið það með rökum klút. Látið hefast á hlýjum stað í um 1-2 klukkustundir eða þar til það tvöfaldast að stærð.

e) Þegar deigið hefur lyft sér skaltu kýla það niður til að losa loftbólur. Skiptið deiginu í jafnstóra hluta.

f) Taktu einn skammt af deiginu og flettu því út í langan og þunnan ferhyrning, um það bil ⅛ tommu þykkt.

g) Vefjið útrúllaða deiginu varlega utan um forbleyttan viðarspjót, byrjið frá öðrum endanum og snúið því upp í hinn endann. Þrýstu þétt á endana á deiginu til að festa það á teini.

h) Endurtaktu ferlið með afganginum af deigskömmtum og teini.

i) Hitið grill eða kolaeld að meðalháum hita.

j) Settu deigið með teini á grillið eða yfir kolaeldinn, snúðu því öðru hverju til að tryggja jafna eldun. Eldið í um 5-7 mínútur, eða þar til brauðið verður gullinbrúnt og stökkt.

k) Þegar búið er að elda skaltu fjarlægja sırıklı ekmek úr teini og strá sesamfræjum yfir brauðið ef vill.

## 89.Lavaş

## HRÁEFNI:
- 4 bollar alhliða hveiti
- 1 tsk salt
- 1 ½ bolli heitt vatn
- 2 matskeiðar ólífuolía
- Auka hveiti til að rykhreinsa

## LEIÐBEININGAR:
a) Blandið saman hveiti og salti í stórri hrærivélarskál, búið til holu í miðjunni. Þetta er þar sem þú hellir hinum hráefnunum út í.
b) Hellið volgu vatni og ólífuolíu í brunninn. Blandið blautu hráefnunum smám saman út í hveitið með því að nota tréskeið eða hendurnar.
c) Haltu áfram að blanda þar til gróft deig myndast. Ef það finnst of þurrt skaltu bæta við aðeins meira vatni; ef það finnst það of klístrað, stráið örlitlu af hveiti yfir.
d) Flyttu deigið yfir á hreint, hveitistráð yfirborð og byrjaðu að hnoða. Notaðu hælinn á hendinni til að ýta deiginu frá þér, brjóttu það síðan aftur að þér og endurtaktu. Haldið áfram að hnoða í um 5-7 mínútur þar til deigið er orðið slétt og teygjanlegt.
e) Setjið hnoðaða deigið aftur í blöndunarskálina og hyljið það með rökum klút. Leyfið deiginu að hvíla í um 30 mínútur, leyfið því að slaka á og verða auðveldara að vinna með.
f) Forhitið pönnu eða pönnu sem festist ekki við við meðalhita.
g) Skiptið hvíldar deiginu í smærri hluta. Taktu einn skammt í einu og flettu honum út í þunnt, hringlaga form. Dustið deigið létt með hveiti eftir þörfum til að koma í veg fyrir að það festist.
h) Flyttu útrúllaða deigið varlega yfir á forhitaða pönnu eða pönnu. Eldið í um það bil 1-2 mínútur á hvorri hlið, eða þar til brauðið bólgnar upp og fær ljósbrúna bletti. Endurtaktu með afganginum af deigskömmtum.
i) Þegar hvert hraunbrauð er eldað skaltu stafla þeim á hreint eldhúshandklæði til að halda þeim heitum og teygjanlegum.
j) Berið nýeldaða lavaş brauðið fram heitt, annað hvort með því að vefja því utan um fyllingar að eigin vali eða bera það fram með ídýfum, kebab eða öðrum réttum.

## 90.Acı Ekmeği

## HRÁEFNI:
- 4 bollar alhliða hveiti
- 2 tsk instant ger
- 1 tsk salt
- 1 matskeið sykur
- 1 matskeið malað kúmen
- 1 matskeið paprika
- 1 tsk chili flögur (stilla eftir smekk)
- 1 tsk þurrkað oregano
- 1 tsk hvítlauksduft
- 1 bolli heitt vatn
- 3 matskeiðar ólífuolía
- Auka hveiti til að rykhreinsa

## LEIÐBEININGAR:
a) Blandið saman hveiti, instant ger, salti, sykri, kúmeni, papriku, chili flögum, þurrkuðu oregano og hvítlauksdufti í stórri blöndunarskál. Blandið vel saman til að dreifa kryddunum jafnt.

b) Búið til holu í miðju þurrefnanna og hellið heitu vatni og ólífuolíu út í.

c) Blandið blautu og þurru hráefnunum smám saman saman með því að nota tréskeið eða hendurnar þar til það myndast klístrað deig.

d) Færið deigið yfir á létt hveitistráð yfirborð og hnoðið í um 5-7 mínútur þar til deigið er orðið slétt og teygjanlegt. Ef deigið er of klístrað skaltu bæta aðeins meira hveiti við á meðan á hnoðunarferlinu stendur.

e) Setjið hnoðaða deigið aftur í blöndunarskálina, hyljið það með rökum klút og látið hefast á hlýjum stað í um 1-2 klukkustundir eða þar til það tvöfaldast að stærð.

f) Forhitaðu ofninn þinn í 425°F (220°C). Klæðið bökunarplötu með bökunarpappír.

g) Þegar deigið hefur lyft sér skaltu kýla það niður til að losa loftbólur. Færið deigið yfir á hveitistráð yfirborð og skiptið því í jafnstóra hluta.

h) Taktu einn skammt af deiginu og mótaðu það í kringlótt eða sporöskjulaga brauð. Settu það á tilbúna bökunarplötu. Endurtaktu með afganginum af deigskömmtum og skildu eftir smá bil á milli hverrar brauðs.

i) Notaðu beittan hníf til að skera toppa brauðanna í ská mynstur.

j) Bakið Acı Ekmeği í forhituðum ofni í um 15-20 mínútur, eða þar til brauðið er gullbrúnt og hljómar holótt þegar slegið er á botninn.

k) Þegar það er bakað skaltu taka brauðið úr ofninum og láta það kólna á grind.

# 91.Peksimet

**HRÁEFNI:**
- Eldar brauðsneiðar
- Hunang, vínbersíróp eða melass (valfrjálst)
- Sesamfræ eða kanill (valfrjálst)

**LEIÐBEININGAR:**
a) Forhitaðu ofninn þinn í lægstu hitastillingu, venjulega um 200°F (93°C).
b) Skerið þunnt brauð í þunnar bita. Þú getur skorið þá í hvaða form sem þú vilt, eins og ferninga eða ferhyrninga.
c) Raðið brauðsneiðunum á bökunarplötu í einu lagi og passið að þær skarist ekki. Þú gætir þurft margar bökunarplötur eða bakað í lotum, allt eftir magni brauðsins.
d) Setjið bökunarplöturnar inn í forhitaðan ofn og látið brauðsneiðarnar bakast í um 2-3 klukkustundir, eða þar til þær eru orðnar alveg þurrar og stökkar. Bökunartíminn getur verið breytilegur eftir þykkt brauðsins og hversu stökkt þú vilt.
e) Þegar brauðsneiðarnar eru orðnar þurrar og stökkar skaltu taka þær úr ofninum og láta þær kólna alveg.
f) Á þessum tímapunkti geturðu notið venjulegs peksimet eins og það er, eða þú getur bætt við nokkrum bragðefnum ef þess er óskað. Til að fá sætan snert geturðu penslað peksimetið með hunangi, vínberjasírópi eða melassa á meðan þau eru enn heit.
g) Að öðrum kosti geturðu stráið sesamfræjum eða kanil yfir peksimetið til að fá aukið bragð.
h) Leyfið peksimetinu að kólna og þorna alveg áður en það er geymt í loftþéttu íláti. Þeir verða enn stökkari þegar þeir kólna.

## 92.Cevizli Ekmek

**HRÁEFNI:**
- 4 bollar alhliða hveiti
- 2 tsk instant ger
- 1 tsk salt
- 1 matskeið sykur
- 1 ½ bolli heitt vatn
- ½ bolli saxaðar valhnetur
- Auka hveiti til að rykhreinsa

**LEIÐBEININGAR:**
a) Blandið saman hveiti, instant ger, salti og sykri í stórri blöndunarskál. Blandið vel saman til að dreifa þurrefnunum jafnt.
b) Búið til holu í miðju þurru blöndunnar og hellið heitu vatni út í. Hrærið í blöndunni þar til hún fer að blandast saman.
c) Færið deigið yfir á hreint, hveitistráð yfirborð og hnoðið í um 5-7 mínútur þar til deigið er orðið slétt og teygjanlegt.
d) Bætið við meira hveiti ef þarf til að koma í veg fyrir að það festist.
e) Þegar deigið er vel hnoðað skaltu setja það aftur í blöndunarskálina. Hyljið skálina með röku viskustykki og látið deigið hefast á hlýjum stað í um 1-2 klukkustundir, eða þar til það tvöfaldast að stærð.
f) Forhitaðu ofninn þinn í 425°F (220°C). Klæðið bökunarplötu með bökunarpappír.
g) Þegar deigið hefur lyft sér skaltu kýla það niður til að losa loftbólur. Færið deigið yfir á hveitistráðan flöt og fletjið það út í ferhyrning eða sporöskjulaga form.
h) Stráið söxuðum valhnetunum jafnt yfir yfirborð deigsins. Þrýstið valhnetunum varlega ofan í deigið svo þær festist.
i) Rúllaðu deiginu þétt upp frá öðrum endanum og búðu til bjálkaform með valhnetunum innan í. Klípið saumana og endana til að þétta.
j) Settu mótaða deigið á tilbúna bökunarplötu. Hyljið það með hreinum klút og látið standa í um 15-20 mínútur.
k) Bakið Cevizli Ekmek í forhituðum ofni í um 25-30 mínútur, eða þar til brauðið er gullbrúnt og hljómar holótt þegar slegið er á botninn.
l) Þegar það er bakað skaltu taka brauðið úr ofninum og láta það kólna á vírgrind áður en það er skorið í sneiðar og borið fram.

## 93.Júfka

## HRÁEFNI:
- 4 bollar alhliða hveiti
- 1 tsk salt
- 1 ½ bolli heitt vatn
- 2 matskeiðar ólífuolía
- Auka hveiti til að rykhreinsa

## LEIÐBEININGAR:
a) Blandið saman hveiti og salti í stórri blöndunarskál. Búðu til brunn í miðjunni.
b) Hellið volgu vatni og ólífuolíu í brunninn. Blandið blautu hráefnunum smám saman út í hveitið með því að nota tréskeið eða hendurnar.
c) Haltu áfram að blanda þar til gróft deig myndast. Ef það finnst of þurrt skaltu bæta við aðeins meira vatni; ef það finnst það of klístrað, stráið örlitlu af hveiti yfir.
d) Færið deigið yfir á hreint, hveitistráð yfirborð og hnoðið í um 5-7 mínútur þar til deigið er orðið slétt og teygjanlegt.
e) Skiptið hnoðaða deiginu í smærri hluta. Mótaðu hvern hluta í kúlu og hyldu þá með rökum klút. Leyfðu þeim að hvíla í um 15-20 mínútur til að slaka á glúteininu.
f) Eftir hvíld skaltu taka eina deigkúlu og fletja hana út með höndunum til að búa til lítinn disk.
g) Dustið hveiti yfir vinnuflötinn og fletjið deigskífuna út eins þunnt og hægt er. Snúðu og snúðu deiginu oft til að tryggja jafna þykkt.
h) Þegar það er rúllað út skaltu lyfta yufka varlega og setja hana á hreinan, þurran klút eða bökunarplötu til að þorna aðeins. Endurtaktu ferlið með deigkúlunum sem eftir eru.
i) Leyfðu yufka að þorna í um 10-15 mínútur, eða þar til þau eru ekki lengur klístruð viðkomu.
j) Hitið eldfasta pönnu eða pönnu yfir meðalhita. Eldið hverja yufka í um 1-2 mínútur á hvorri hlið, eða þar til þeir mynda ljósgulbrúna bletti.
k) Þegar hver yufka er elduð skaltu stafla þeim á hreint eldhúshandklæði til að halda þeim heitum og sveigjanlegum.

## 94.Pide Ekmek

## HRÁEFNI:
- 4 bollar alhliða hveiti
- 2 tsk instant ger
- 2 tsk sykur
- 2 tsk salt
- 2 matskeiðar ólífuolía
- 1 ½ bolli heitt vatn
- Valfrjálst álegg: sesamfræ, nigella fræ eða annað álegg sem óskað er eftir

## LEIÐBEININGAR:
a) Blandið heitu vatni, sykri og instant ger saman í litla skál. Hrærið vel og látið standa í um 5-10 mínútur, eða þar til blandan er orðin froðukennd.
b) Blandið saman hveiti og salti í stórri blöndunarskál. Búið til holu í miðjunni og hellið gerblöndunni og ólífuolíu út í.
c) Blandið hveitinu smám saman út í vökvann, blandið saman með skeið eða höndum þar til deig myndast.
d) Færið deigið yfir á hveitistráð yfirborð og hnoðið það í um það bil 10 mínútur, eða þar til það er orðið slétt og teygjanlegt. Bætið við meira hveiti ef þarf til að koma í veg fyrir að það festist, en forðastu að bæta við of miklu því það getur gert brauðið þétt.
e) Setjið deigið í létt smurða skál, hyljið það með rökum klút eða plastfilmu og látið hefast á hlýjum stað í um 1-2 klukkustundir, eða þar til það tvöfaldast að stærð.
f) Forhitaðu ofninn þinn í 475°F (245°C) og klæddu bökunarplötu með bökunarpappír.
g) Kýlið niður lyfta deigið til að losa um loftbólur og skiptið því í 4 jafna hluta. Mótaðu hvern hluta í aflangt sporöskjulaga form, um það bil ½ tommu (1 cm) þykkt.
h) Settu formuðu pide brauðin á tilbúna bökunarplötuna. Ef þú vilt geturðu penslað toppana með ólífuolíu og stráið sesamfræjum, nigellafræjum eða öðru áleggi sem óskað er eftir.
i) Bakið pidebrauðin í forhituðum ofni í um 12-15 mínútur, eða þar til þau verða gullinbrún og mynda smá skorpu.
j) Takið pidebrauðin úr ofninum og látið kólna í nokkrar mínútur áður en þær eru bornar fram.

## 95.Vakfıkebir Ekmeği

**HRÁEFNI:**
- 4 bollar brauðhveiti
- 2 tsk instant ger
- 2 tsk sykur
- 2 tsk salt
- 2 matskeiðar ólífuolía
- 1 ½ bolli heitt vatn

**LEIÐBEININGAR:**

a) Blandið heitu vatni, sykri og instant ger saman í litla skál. Hrærið vel og látið standa í um 5-10 mínútur, eða þar til blandan er orðin froðukennd.

b) Blandið saman brauðhveiti og salti í stórri blöndunarskál. Búið til holu í miðjunni og hellið gerblöndunni og ólífuolíu út í.

c) Blandið hveitinu smám saman út í vökvann, blandið saman með skeið eða höndunum þar til það myndast lobbótt deig.

d) Færið deigið yfir á hveitistráð yfirborð og hnoðið það í um það bil 10 mínútur, eða þar til það er orðið slétt og teygjanlegt. Bætið við meira hveiti ef þarf til að koma í veg fyrir að það festist, en forðastu að bæta við of miklu því það getur gert brauðið þétt.

e) Setjið deigið í létt smurða skál, hyljið það með rökum klút eða plastfilmu og látið hefast á hlýjum stað í um 1-2 klukkustundir, eða þar til það tvöfaldast að stærð.

f) Forhitaðu ofninn þinn í 425°F (220°C) og settu bökunarstein eða bökunarplötu í ofninn til að forhita líka.

g) Kýlið niður lyfta deigið til að losa um loftbólur og mótið það í kringlótt eða sporöskjulaga brauð. Settu brauðið á bökunarpappírsklædda ofnplötu.

h) Hyljið deigið með rökum klút og látið standa í um 15-20 mínútur.

i) Fjarlægðu klútinn og notaðu beittan hníf eða brauðhögg til að skera toppinn á brauðinu með nokkrum skástrikum.

j) Færið bökunarplötuna með brauðinu varlega yfir á forhitaðan bökunarsteininn eða bökunarplötuna í ofninum.

k) Bakið brauðið í um 30-35 mínútur, eða þar til skorpan verður gullinbrún og hljómar hol þegar slegið er á botninn.

l) Takið brauðið úr ofninum og látið það kólna á grind áður en það er skorið í sneiðar og borið fram.

## 96.Karadeniz Yöresi Ekmeği

**HRÁEFNI:**
- 4 bollar brauðhveiti
- 2 tsk instant ger
- 2 tsk sykur
- 2 tsk salt
- 2 matskeiðar ólífuolía eða sólblómaolía
- 1 ½ bolli heitt vatn

**LEIÐBEININGAR:**
a) Blandið heitu vatni, sykri og instant ger saman í litla skál. Hrærið vel og látið standa í um 5-10 mínútur, eða þar til blandan er orðin froðukennd.
b) Blandið saman brauðhveiti og salti í stórri blöndunarskál. Búið til holu í miðjunni og hellið gerblöndunni og ólífuolíu út í.
c) Blandið hveitinu smám saman út í vökvann, blandið saman með skeið eða höndunum þar til það myndast lobbótt deig.
d) Færið deigið yfir á hveitistráð yfirborð og hnoðið það í um það bil 10 mínútur, eða þar til það er orðið slétt og teygjanlegt. Bætið við meira hveiti ef þarf til að koma í veg fyrir að það festist, en forðastu að bæta við of miklu því það getur gert brauðið þétt.
e) Setjið deigið í létt smurða skál, hyljið það með rökum klút eða plastfilmu og látið hefast á hlýjum stað í um 1-2 klukkustundir, eða þar til það tvöfaldast að stærð.
f) Forhitaðu ofninn þinn í 425°F (220°C) og settu bökunarstein eða bökunarplötu í ofninn til að forhita líka.
g) Kýlið niður lyfta deigið til að losa um loftbólur og mótið það í kringlótt eða sporöskjulaga brauð. Þú getur líka mótað það í hefðbundinn Karadeniz Yöresi Ekmeği með því að skipta deiginu í smærri bita og móta í aflöng form með mjókkandi endum.
h) Settu mótaða deigið á bökunarpappírsklædda ofnplötu.
i) Hyljið deigið með rökum klút og látið standa í um 15-20 mínútur.
j) Fjarlægðu klútinn og notaðu beittan hníf eða brauðhögg til að skera toppinn á brauðinu með nokkrum skáskornum eða búðu til mynstur ef þú vilt.

k) Færið bökunarplötuna með brauðinu varlega yfir á forhitaðan bökunarsteininn eða bökunarplötuna í ofninum.

l) Bakið brauðið í um 30-35 mínútur, eða þar til skorpan verður gullinbrún og hljómar hol þegar slegið er á botninn.

m) Takið brauðið úr ofninum og látið það kólna á grind áður en það er skorið í sneiðar og borið fram.

## 97.Köy Ekmeği

**HRÁEFNI:**
- 4 bollar brauðhveiti
- 2 tsk instant ger
- 2 tsk salt
- 2 tsk sykur
- 2 bollar volgt vatn

**LEIÐBEININGAR:**
a) Blandið saman volgu vatni, sykri og instant gerinu í lítilli skál. Hrærið vel og látið standa í um 5-10 mínútur, eða þar til blandan er orðin froðukennd.
b) Blandið saman brauðhveiti og salti í stórri blöndunarskál. Búið til holu í miðjunni og hellið gerblöndunni út í.
c) Blandið hveitinu smám saman út í vökvann, blandið saman með skeið eða höndunum þar til það myndast lobbótt deig.
d) Færið deigið yfir á hveitistráð yfirborð og hnoðið það í um 10-15 mínútur, eða þar til það er orðið slétt og teygjanlegt. Bætið við meira hveiti ef þarf til að koma í veg fyrir að það festist, en forðastu að bæta við of miklu því það getur gert brauðið þétt.
e) Setjið deigið í létt smurða skál, hyljið það með rökum klút eða plastfilmu og látið hefast á hlýjum stað í um 1-2 klukkustundir, eða þar til það tvöfaldast að stærð.
f) Forhitaðu ofninn þinn í 450°F (230°C) og settu bökunarstein eða bökunarplötu í ofninn til að forhita líka.
g) Kýlið niður lyfta deigið til að losa um loftbólur og mótið það í kringlótt eða sporöskjulaga brauð. Einnig er hægt að skipta deiginu í smærri hluta og móta þá í stakar rúllur ef vill.
h) Settu mótaða deigið á bökunarpappírsklædda ofnplötu.
i) Hyljið deigið með rökum klút og látið standa í um 15-20 mínútur.
j) Fjarlægðu klútinn og notaðu beittan hníf eða brauðhögg til að skera toppinn á brauðinu með nokkrum skáskornum eða búðu til mynstur ef þú vilt.
k) Færið bökunarplötuna með brauðinu varlega yfir á forhitaðan bökunarsteininn eða bökunarplötuna í ofninum.
l) Bakið brauðið í um 30-35 mínútur, eða þar til skorpan verður gullinbrún og hljómar hol þegar slegið er á botninn.
m) Takið brauðið úr ofninum og látið það kólna á grind áður en það er skorið í sneiðar og borið fram.

## 98.Tost Ekmeği

**HRÁEFNI:**
- 4 bollar brauðhveiti
- 2 tsk instant ger
- 2 tsk sykur
- 2 tsk salt
- 2 matskeiðar ólífuolía
- 1 ½ bolli heitt vatn

**LEIÐBEININGAR:**

a) Blandið saman brauðhveiti, instant ger, sykri og salti í stórri blöndunarskál. Blandið vel saman til að dreifa þurrefnunum jafnt.

b) Bætið ólífuolíu út í þurrefnin og blandið því saman við.

c) Hellið volgu vatni smám saman í skálina á meðan hrært er. Haltu áfram að blanda þar til deigið byrjar að safnast saman.

d) Færið deigið yfir á létt hveitistráð yfirborð og hnoðið það í um 10-15 mínútur, eða þar til það er orðið slétt og teygjanlegt. Bætið við meira hveiti ef þarf til að koma í veg fyrir að það festist, en forðastu að bæta við of miklu því það getur gert brauðið þétt.

e) Mótaðu deigið í kúlu og settu það aftur í blöndunarskálina. Hyljið skálina með rökum klút eða plastfilmu og látið deigið hefast á hlýjum stað í um 1-2 klukkustundir, eða þar til það tvöfaldast að stærð.

f) Þegar deigið hefur lyft sér skaltu kýla það niður til að losa loftbólur. Flyttu deigið yfir á létt hveitistráð yfirborð og skiptu því í jafnstóra hluta, allt eftir stærð Tost Ekmeği sem þú vilt.

g) Mótaðu hvern hluta í kúlu og flettu hana síðan út í rétthyrnd form, um það bil ½ tommu (1 cm) þykkt. Þú getur notað kökukefli til að hjálpa til við að ná æskilegri lögun og þykkt.

h) Setjið útfléttu deigstykkin á bökunarplötu klædda bökunarpappír. Hyljið þær með klút og leyfið þeim að hvíla í um 15-20 mínútur.

i) Forhitaðu ofninn þinn í 400°F (200°C).

j) Bakið Tost Ekmeği í forhituðum ofni í um 15-20 mínútur, eða þar til þær verða gullinbrúnar og hljóma holar þegar ýtt er á botninn.

k) Takið brauðið úr ofninum og látið það kólna á vírgrind áður en það er skorið í sneiðar og notað í samlokur eða ristað.

## 99.Kaşarlı Ekmek

**HRÁEFNI:**
- 4 bollar brauðhveiti
- 2 tsk instant ger
- 2 tsk sykur
- 2 tsk salt
- 2 matskeiðar ólífuolía
- 1 ½ bolli heitt vatn
- 200 grömm vegan bráðnandi ostur, rifinn
- Valfrjálst: nigella fræ eða sesamfræ til áleggs

**LEIÐBEININGAR:**
a) Blandið saman brauðhveiti, instant ger, sykri og salti í stórri blöndunarskál. Tryggðu jafna dreifingu þurrefnanna.
b) Bætið ólífuolíunni við þurru blönduna og blandið henni vel saman.
c) Hellið volgu vatni smám saman í skálina á meðan hrært er. Haltu áfram að hræra þar til deigið byrjar að safnast saman.
d) Færið deigið yfir á létt hveitistráð yfirborð og hnoðið í 10-15 mínútur, eða þar til það er slétt og teygjanlegt. Stilltu með meira hveiti ef þarf, forðastu of mikið magn sem gæti gert brauðið þétt.
e) Mótaðu deigið í kúlu, settu það aftur í skálina og hyldu með rökum klút eða plastfilmu. Látið hefast á hlýjum stað í 1-2 klukkustundir, eða þar til það hefur tvöfaldast að stærð.
f) Þegar búið er að lyfta, kýldu deigið niður til að losa loftbólur. Skiptið því í jafnstóra hluta, allt eftir brauðstærð sem þú vilt.
g) Taktu einn skammt, flettu hann út í hring eða sporöskjulaga (um það bil ½ tommu þykkt) og stráðu ríkulega rifnum vegan osti á annan helminginn og skildu eftir kant.
h) Brjótið hinn helminginn yfir ostinn, þrýstið á brúnirnar til að loka.
i) Settu fyllta brauðið á bökunarpappírsklædda ofnplötu. Endurtaktu með restinni af deigskömmtum og osti.
j) Valfrjálst: Penslið toppinn með eggjum úr jurtaríkinu og stráið nigellafræjum eða sesamfræjum yfir fyrir aukið bragð og sjónrænt aðdráttarafl.
k) Forhitið ofninn í 400°F (200°C).
l) Bakaðu Vegan Kaşarlı Ekmek í 15-20 mínútur eða þar til hann er gullinbrúnn, með bræddum og freyðandi osti.
m) Takið úr ofninum og látið kólna aðeins áður en það er borið fram. Njóttu dýrindis plöntu-undirstaða ívafi á þessari tyrknesku klassík!

## 100.Kete

**HRÁEFNI:**
- 4 bollar alhliða hveiti
- 1 tsk salt
- 1 tsk sykur
- 1 matskeið virkt þurrger
- 1 bolli heit mjólk
- ½ bolli jurtaolía
- 1 egg, þeytt (fyrir eggjaþvott)
- Sesamfræ (til áleggs)

**LEIÐBEININGAR:**
a) Blandið saman hveiti, salti og sykri í stórri blöndunarskál og blandið vandlega saman.
b) Leysið gerið upp í volgri mjólkinni í sér lítilli skál. Leyfðu því að standa í um það bil 5 mínútur þar til gerið verður froðukennt.
c) Búið til holu í miðju hveitiblöndunnar og hellið gerblöndunni og jurtaolíu út í. Blandið með skeið eða höndum þar til mjúkt deig myndast.
d) Færið deigið yfir á létt hveitistráð yfirborð og hnoðið í um 10 mínútur þar til það verður slétt og teygjanlegt. Bætið við meira hveiti ef þarf til að koma í veg fyrir að það festist.
e) Setjið deigið aftur í blöndunarskálina, hyljið það með rökum klút og látið hefast á hlýjum stað í 1-2 klukkustundir, eða þar til það tvöfaldast að stærð.
f) Eftir að deigið hefur lyft sér skaltu kýla það niður til að losa um loftbólur. Skiptið deiginu í jafnstóra hluta miðað við æskilegan Kete-stærð.
g) Taktu einn skammt og flettu honum út í þunnt ferhyrnt form, um það bil 0,5 cm þykkt.
h) Penslið yfirborð útrúllaða deigsins með þeyttu egginu og skilið eftir smá brún í kringum brúnirnar.
i) Byrjaðu á öðrum endanum, rúllaðu deiginu þétt í bjálkaform, svipað og hlauprúlla.
j) Teygðu deigið varlega frá báðum endum, gerðu það lengra og þynnra.

k) Taktu annan endann af teygðu deiginu og snúðu því í spíralform, svipað og kanilsnúða. Haltu áfram að snúa þar til þú nærð hinum endanum.
l) Endurtaktu ferlið með afganginum af deiginu.
m) Forhitaðu ofninn þinn í 375°F (190°C) og klæddu bökunarplötu með bökunarpappír.
n) Settu snúnu Kete brauðin á tilbúna bökunarplötuna. Penslið yfirborðið með þeyttu egginu og stráið sesamfræjum yfir.
o) Bakið Kete í forhituðum ofni í 20-25 mínútur eða þar til skorpan verður gullinbrún og brauðið er eldað í gegn.
p) Takið brauðið úr ofninum og látið það kólna á grind áður en það er borið fram. Njóttu heimabakaðs Kete!

# NIÐURSTAÐA

Þegar við ljúkum bragðmiklu ferðalagi okkar í gegnum "Listina að baka vegan brauð heima," vonum við að þú hafir upplifað gleðina og ánægjuna af því að búa til dýrindis vegan brauð í þínu eigin eldhúsi. Hver uppskrift á þessum síðum er fagnaðarefni listfengsins, bragðanna og grimmdarlausu góðgætisins sem vegan bakstur færir þér á borðið - vitnisburður um endalausa möguleika í heimi jurtabundinnar brauðgerðar.

Hvort sem þú hefur notið einfaldleika klassísks samlokubrauðs, umfaðmað ljúffenga súrdeig eða látið þig undan sæta morgunverðarbragði, þá treystum við því að þessar 100 uppskriftir hafi veitt þér innblástur til að auka vegan brauðgerð þína. Fyrir utan innihaldsefnin og tæknina, megi hugmyndin um að baka vegan brauð verða uppspretta gleði, sköpunar og dýrindis framlags til miskunnsams lífsstíls.

Þegar þú heldur áfram að kanna heim vegan baksturs, megi "Listin að baka vegan brauð heima" vera traustur félagi þinn og leiðbeina þér í gegnum ýmsa ljúffenga valkosti sem gera vegan brauðgerð að ánægjulegri og ánægjulegri upplifun. Hér er að taka á móti listinni að vegan brauð og njóta góðgætis jurtabundinna brauða - gleðilegan bakstur!

www.ingramcontent.com/pod-product-compliance
Lightning Source LLC
Chambersburg PA
CBHW071309110526
44591CB00010B/832